उगवती मने

आनंद यादव

AA000830

मेहता पब्लिशिंग हाऊस

Please contact us at **Mehta Publishing House,** Pune.
Email : production@mehtapublishinghouse.com
Website : www.mehtapublishinghouse.com

UGVATI MANE by ANAND YADAV
उगवती मने : आनंद यादव / कथासंग्रह
Email : author@mehtapublishinghouse.com

© स्वाती आनंद यादव

प्रकाशक : सुनील अनिल मेहता, मेहता पब्लिशिंग हाऊस,
१९४१, सदाशिव पेठ, माडीवाले कॉलनी, पुणे - ४११०३०.

मुखपृष्ठ : मेहता पब्लिशिंग हाऊस

मुखपृष्ठावरील
छायाचित्र : रसिकलाल मारू

प्रकाशनकाल : मार्च, २००३ / मे, २००५ / सप्टेंबर, २००९ /
सप्टेंबर, २०१६ / पुनर्मुद्रण : ऑक्टोबर, २०१७

P Book ISBN 9788177661088
E Book ISBN 9789386175281
E Books available on : play.google.com/store/books
www.amazon.in/b?node=15513892031

प्रिय मित्र
चंद्रकुमार नलगे यांना...
- तुम्ही तुमची वाङ्मयीन वृत्ती
अबोलपणे व्रतासारखी जोपासली.

आनंद यादव

अनुक्रमणिका

ऊन

कोवळ्या न्याहारीच्या वक्ताला बाळक्या उठून हातरुणात बसला. त्याची आई बाहेरच्या उंबऱ्यावर अंतराळी बसून मिसरी लावत होती. दारात तिकटीला कोणतरी उभं होतं, त्याच्या संग मोठमोठ्यानं बोलत होती. मधूनच अंगठ्याजवळचं बोट मिसरीत बुडवून तोंडात भरत होती. फिदीफिदी हासत होती. तिचं बोलणं, हासणं नि उंबऱ्यावर बसून मिसरी लावणं बघून बाळक्याच्या पारोशा तोंडात थुंकी साचली... ती सरळ तिच्यापुढं जाऊन थुंकून यावं, असं त्याला वाटलं. पण हातरुणावरनं उठायचा त्याला कंटाळा आला होता.

हातरुणात बसूनच त्यानं थुंकी भिंतीच्या कोपऱ्यात पिचकारली. ओरंघळे बघता बघता त्याची नजर खोपड्यात खिळली. भिंतीच्या पोपडलेल्या थराभोवतीनं त्याला पाच-सात ढेकणं दाटीवाटीनं बसलेली दिसली... रातसारी नीज खाऊन टाकणारी ढेकणं. आयला आमचंच रगत पिऊन आमचीच नीज खाऊन टाकत्यात. दुसऱ्याच्या जिवावर चैन करणारी जात. ठार मारली पाहिजेत.

त्यानं डोळ पुढं नेलं नि सबंध हातरुणाशेजारची भिंत निरखली. सारी फौजच्या फौज दबा धरून बसल्यागत ढेकणं दिसली... त्याच्या तोंडाचा चंबू झाला. दातांवर दात आतल्या आत आवळले. नाक फेंदारलं. डोसक्यात खाजवत तो उठला नि त्यानं वाकळ शिवायची सुई धोट्यातनं काढली.

सुईच टोक सरळ ढेकणांच्या पाठीत आत घुसवून त्यानं ढेकणं सुईतच ओवायचा उद्योग सुरू केला. सुई पोटात घेऊन ढेकणांची रांगच्या राग तळमळू लागली. बाळक्याला गंमत वाटली... आपूण दांडगं झाल्यावर माणसांच्या पोटात पोती शिवायची दाभणं घुशीवणार. त्याच्या मनात हा विचार उगंचच्या उगंच आला नि त्याला बरं वाटलं. एखादा पळणारा ढेकूण तो डाव्या हाताच्या बोटानं भुईसंगं चिरडून मारू लागला. त्या चिरडलेल्या ढेकणाच्या पोटातनं आपलंच खाल्लेलं रक्त बाहेर येतंय असं वाटून त्याला आपलीच दया आली. ढेकणं हुडकायचा नि सुईत ओवायचा उद्योग तो झपाट्यानं करू लागला.

मंजी त्याच्या उद्योगाकडे बघून सरळ आत गेली नि चुलीवरच ऊन पाण्याचं डेचकं घेऊन दारात येऊन बसली. निर्मळपणानं तोंड धुतलं. उरलेलं पाणी पायावर ओतून उभी राहिली. तिच्या काही तरी मनात आलं नि ती ओल्या पायानंच रस्त्यावर गेली नि खालतीकडच्या बाजूला लांबवर नजर टाकून आत आली.

"बाळक्या, ऊठ की. परसाकडला जाऊन ये जा."

बाळक्या काहीच बोलला नाही. उरलीसुरली ढेकणं तो हातरुण उलटंपालटं करून हुडकत होता.

"एऽ वाद्याऽ!"

"काय?" बाळक्याची मुंडी खालीच.

"ऊठ म्हणती न्हवं."

"परसाकडं न्हाई मला."

"नसू दे. ऊठ आधी. त्या तोंडावर जरा मूत."

"माझ्या तोंडाची तुला का पंच्यात? का माझ्या तोंडानं खाणार हाईस?"

"माझ्या भाड्या, च्या घोटत न्हाईस का? का घालू पेकटात लाथ?"

"सरळ सांग. देवानं चांगलं तोंड दिलंय न्हवं?"

"कुत्र्यासारखा ऊठ न्हाईतर डोसक्यात वरूटा घालीन बघ. सरळ सांगून कळतंय व्हय तुला? ऊठ नि दुकानातनं च्याची पूड नि अर्धा किल्लो गूळ घेऊन ये जा.

बाळक्या उशाची टोपी झाडत उठला. गूळ आणता आणता त्याला एखादा खडा अगोदरच तोंडात टाकायला मिळणार होता. अंगात कुडतं नि चड्डी तशीच होती. चार-पाच दिसांनी धुवायच्या वक्ताला तो ती काढीत असे.

"दे पैसे."

"तोंड धू आदुगर ते. थुक्कीचं वरंगुळं कानापतोर गेल्यात बघ."

बाळक्या तोंडातल्या तोंडात वटवटत नि गालावरचं वरंगुळं टोपीनं पुसत तांब्या घेऊन दारात गेला. दातावरनं बोट फिरवून त्यानं कसंबसं तोंड खळबळलं नि बाकीचं पाणी भडालदिशी पायांवर ओतून आत आला... सांगितलेलं कोणतंही काम सरळ करू नये असं त्याला वाटत होतं.

कमरेत खोवलेली पिशवी काढून आईनं दारातनं आत येणाऱ्या उजेडात ती धरली नि ती त्यातले पैसे चहा-गुळासाठी वेचू लागली. टोपीनं पाय पुसत बाळक्या बाजूला उभा राहिला.

दार भरून एकदम अंधार पडला. सोप्यापासनं ते थेट चुलीच्या निवण्यापर्यंत मोठीच्या मोठी सावली आत आली. बाळक्यानं पाठीमागं वळून बघितलं. काळ्या रंगाचा, मुस्काडात भरपूर भरलेला, नकटा नि घोगऱ्या आवाजाचा कदम त्याला

दिसला... त्याचं नाक फेंदारलं. तोंडाचा चंबू झाला. दातावर दात आतल्या आत आवळलं. मंजीचा पैसे वेचण्यात आवळलेला चेहरा एकदम सैल पडला. डोळे निवळत गेले.

"या." ती उठली नि तिनं बाळक्याचं हातरुण पायानंच खोपड्यात सारलं नि आपल्या हातरुणातलं घोंगडं दुमतं करून आंथरलं.

"बसा."

कदम खिशातली चंची हातात घेऊन घोंगड्यावर बसला. बाळक्याकडं उगंच बघू लागला. बाळक्यानं फाटकरून डाव्या हातावर टोपी झटकली. डाव्या पायाचा चंपा खाज सुटल्यागत भुईवर घासला. टोपी डोक्याला आवळून घालत, खाली ओढत सरळ बाहेर चालला.

"कुठं चाललास रं? च्या नि गूळ आण म्हटलं न्हवं तुला?"

तो घुटमळला. परत फिरला नि त्यानं तांब्या भरून हातात घेतला.

"परसाकडला जाऊन येतो."

तो जाऊही लागला. मंजीला चीड आली. पण तिला काही बोलता येईना. राग गिळत ती बोलली. "आत्ता न्हवता की परसाकडं तुला."

"आत्ता आला."

"जाऊ दे की तिकडं. मग आणंल." कदम.

तो सोप्यात गेला. भिंतीच्या आडाला उभा राहिला नि हळूच तांब्या तसाच भिंतीकडंला ठेवून डोळा चुकवून सटक्यानं बाहेर पडला. उघड्या सारणीवरनं उडी टाकून रस्त्याला लागला... ह्या सारणीचा कुबट नि कुजट वास सबंध घरभर पसरला होता. सारणीची ओलही बाहेरच्या सोप्यात कायम मुरलेली असायची. घर अंधारं. दारातनं जेवढा काय उजेड येईल तेवढाच... कदम आल्यावर तर बाळक्याला हे जास्तच जाणवू लागलं.

रस्त्याला आल्यावर बरं वाटलं. मोकळ्या हवेची झुळूक तोंडावर सपसपली. त्याचं किलकिलं डोळं गल्लीवर पसरलं.

समोरनंच गल्लीतलं बाळं कुतरं आपल्याच तंद्रीत लगालगा येत होतं. त्यानं बाळक्याकडं बघितलं आणि येडबडून त्याच्याकडं बघतच तिथल्या तिथं थांबलं. बाळक्याला ते चांगलं ओळखत होतं. कुतरं उभं राहिल्याबरोबर बाळक्याची नजर त्याच्याकडं गेली नि त्यानं डोळे मोठे केले. तिथल्या तिथंच मानेला झटका दिला. कुतरं लाक करून हलून तसंच पाठीमागं पळालं.

"तुझ्या आयला तुझ्या, आलंस का ह्या गल्लीला गू खायाला."

...कुतरं एका बोळातनं दुसऱ्या गल्लीला पळालंही.

नानू सणगराच्या दारात पोरं खोपरी बटनांनी खेळत होती. बाळक्याचा हात

आपल्या काज्याकडं गेला नि त्याच्या लक्षात आलं की कालच्यालाच आपलं कुडतं खेळताना मोकळं झालंय. तो तसाच जवळ जाऊन एका बाजूला बघत बसला... सणसागराच्या इष्ण्याला एकही डाव लागंना झाला होता. त्याची बटनांची पिशवी रिकामी होत आली होती. गणप्या सटासट डाव मारत होतं नि इष्ण्या रडकुंडीला येऊन गेलं होतं. त्याची बटनं अडीच्या भोवतीनं पसरू लागली. एकही अडीत भरंना. बल्ले पडू लागले. टप चुकू लागला... बाळक्याचा जीव तळमळू लागला. हात फुरफुरू लागले. बटनं हातात घेऊन डाव खेळावा असं वाटू लागलं... व्हट्टे कसं नेम धरून बेतानं टाकलं पाहिजेत. म्हंजे बल्या पडत न्हाई. फज्ज्याच्या डाव्या बाजूला कलून बटनं फेकली की अडीत गाच्च करून भरतील...

"...इष्ण्या, उचलून व्हट्टूया मार. बटनं पसरून टाक. फुरं कर. बटनं चांगली भरल्यात; डाव सोड."

तो इष्ण्याला सगळे आडाखे सांगू लागला पण त्याला एकही डाव लागेना. मग त्यानंच त्याचे दोन डाव खेळले. दोनीही डाव मारून आठ-दहा बटनं इष्ण्याला जितून दिली. गणप्या भांडाय लागलं. 'इष्ण्याचा डाव इष्ण्यानंच खेळाय पाहिजे' म्हणायला लागलं. पुन्हा खेळायला सांगू लागला. पण तेवढ्यात गणप्याच्या पेकटात पाठीमागनं लाथ बसली. त्याचा बाऽऽ आला होता. गणप्या पाठीमागं बिनबघताच दन्नाट पळालं नि बाळक्यानं इष्ण्याच्या हातात सगळी बटनं दिली नि तोही पळाला.

तासिलदाराच्या घरासमोर जाऊन तो उभा राहिला नि त्यानं खिशातनं चार बटनं काढली. त्यातली तीन काज्याला घाटली नि एक पुन्हा खिशात ठेवलं. कुडतं सरळ करून तो पुढं चालला... चालला; पण कुठं जायचं कळलंच नाही. सरळ चालत राहिला.

पसाऱ्याच्या वळचणीला दोन गाढवं एकमेकाकडं तोंड करून उभी होती. त्यांना तसं वळचणीला बघितल्याबरोबर त्याचं डोसकं फिरलं. "तुमच्या आयल्या तुमच्या! एवढ्या लौकर कामं चुकवून हिकडं आलाईसा? कुंभार तुमच्या नावानं तिकडं बोंबलत असतील की." म्हणून त्यानं बकाऽका त्यांच्या पेकटात दगडं घातली. गल्ली संपेपर्यंत पाठी लागला. गाढवं बाजूच्या परड्यातनं तशीच हागणदारीत पळाल्यावर त्यानं त्यांचा नाद सोडला.

पोटात काही नसल्याची आठवण त्याला झाली... बरं झालं त्येच्या आयला आपुण परसाकडला गेलो न्हाई. न्हाईतर पोट लईच मोकळं मोकळं झालं असतं. च्या पिऊन बाहीर पडलो असतो तर बरं झालं असतं. पर त्यो कडू बेन्याचा आला घरात... चार-पाच दीस न्हवता. वाटलं, उलथला कुठं. पर पुन्ना आला गटार हुंगत.

बाजूच्या बोळातनं एक काळं मांजर पटाकदिशी बाहेर आलं नि रस्त्यावरनं आडवं पळत दुसऱ्या बाजूच्या घरात घुसलं.

"थो: तुझ्या आयला!" बाळक्याच्या डाव्या बाजूला ते गेलं. त्या घराच्या दारावर लाथ मारावी नि चौकट मोडून टाकावी, असं त्याला वाटलं. पण तो तिथनंच पाठीमागं वळला. बाजूच्या बोळातनं पलीकडच्या गल्लीत गेला.

ऊन चढून अंगावर चपचपू लागलं. डोळे किलकिले होऊ लागले. गल्लीतली माणसं पातळ होत चालली. बाळक्या अनवाणीच उन्हात पडलेल्या उघड्या गल्लीकडं बघत चालला... सगळं भगभगीत दिसू लागलं.

पाय उचलावे लागत होते. एका जागी ठेवले तर चटका बसत होता. मनात नसतानाही तो चालत राहिला. वरनं ऊन तोंडालाही चटकं देऊ लागलं. गाव संपत चाललं. ऊन होतं तरी घर सोडून बाहेर फिरताना त्याला बरं वाटत होतं.

मारुतीच्या देवळापाशी आल्यावर गाव संपलं. त्याला आणखी मोकळं मोकळं वाटलं... आता कुणाचीच गाठ पडणार न्हाई. आई जाईल बोंबलत त्या वाण्याच्या दुकानात न्हाई तर न्हाईल. च्या पिऊ द्यात न्हाई तर घोड्याचा मूत पिऊ द्यात, मिळून मिळून...

तो नदीच्या रस्त्याला लागून लगालगा वाट तुडवू लागला. गावाबाहेर लांब नदी...तिथं कुणाचं एक न्हाई का दोन न्हाई. गावाची झगझग न्हाई. कुणी 'का रं' म्हणून आपल्याला हटकणार न्हाई. खुश्शाल झाडांच्या सावलीत पडून ऱ्हावं. वाटलं तर पवून घ्यावं. वाटलं तर घराकडं यावं; न्हाई तर तिथंच नदीच्या मनागत एकटं एकटं बसावं.

कुरणाच्या अलीकडं बोरीचं बन लागलं. बोरांच्या झाडांवरची बरीच पानं नि बोरंही पिवळी पिवळी दिसत होती. सकाळपासनं पोटात काहीच नसलेल्या त्याच्या तोंडाला पाणी सुटलं. त्याच्या पायाखालची नदीची वाट सुटली.

बोरं हुडकत तो आडरानात शिरला. पायातले काटे काढत पाय पुसत त्यानं बऱ्याच बोरी झोडपून काढल्या. बुडात जाऊन हलवल्या. सुकलेली, किडलेली, अर्धवट कच्ची, मिळतील ती बोरं बियांसनं खरडून खाल्ली... आपण बोरं खाऊन असंच ऱ्हाऊ. हितंच कुठं तरी आपलं खोपाट पाहिजे. नुसती घोडं-खोप असली तरी बाऽस. सावली झाली म्हंजे झालं. दीसभर बोरं, चिच्चा काय बाय मिळंल ते खायाचं. रातचं आरामात जाळीतल्या वाघागत पडून ऱ्हायाचं... त्येचा आयला! रातचं साप येतील ह्या रानात! आपूण सापबी पाळायचं, चिमण्या, उंदरं, बेडक्या मारून त्यास्नी घालायच्या. गारड्यागत साप गळ्यात अडकून कवा तरी गावात जायाचं... कुणाची अंगाला हात लावायची बिशाद न्हाई. त्या दाद्या कदमाच्या धोतरात हळूच साप सोडायचा. भडव्याच्या घरात समदं सापच सोडून दिलं पाहिजेत.

बोरं तोडताना बोरीचा उलटा काटा त्याच्या बोटात घुसला नि तो भानावर आला. कळ काखेपर्यंत गेली. त्यानं काटा वर उचलून बोट सोडवून घेतलं. रक्ताचा

थेंब बोटावर टपोरला. तो त्यानं जिभेच्या शेड्यानं हळूच चाटला. बोट तोंडात घालून खूप चोखलं. तोंड आबूस आबूस झाल्यावर बोट बाहेर काढलं... त्याची नजर बोरीच्या बनातनं नदीकडं वळली. कुरणाच्या पलीकडं नदी. पडलेले काटे संभाळत तो पुन्हा नदीच्या वाटेला लागला.

नदीचं पाणी वाहायचं तसं बंद झालं होतं. नदीही वनवासी झाल्यागत दिसत होती. काठावरची तांबडी माती त्याच्या पायाला चटके देऊ लागली म्हणून तो कोरड्या वाळूत उतरला तर जास्तच चटके बसू लागले. झाडीखालचा डोह गारेगार दिसत होता. तिकडं तो पाय उंच उंच उचलत पळाला. डोह निवांत दिसला. त्याची तो वाटच बघत बसलेला.

अंगातलं कुडतं, चड्डी, टोपी काठावर ठेवून, चक्क नागडा होऊन तो डोहात उतरला.. गारेगार पाणी लागलं. अंग त्या उन्हातही शहारलं. हळूच तो त्यात गळयाएवढा बुडाला नि मग त्यानं पाय अंतराळी करून पोहायला सुरुवात केली.

पोहत पोहत त्यानं डोहातनं दोन चार फेऱ्या काढल्या. पलीकडच्या बाजूला झाडीच्या खाली गारव्याला जाऊन डुमक्या मारल्या. मग उन्हाकडच्या बाजूला आला. पाण्यात दिसाकडं तोंड करून डोळ मिटून उताणा पडून राहिला. बारीक चूळ वर उडवण्यात त्याला मजा वाटू लागली. फुर्रर्र करून पाणी उडवून त्यातलं सात रंग बघता बघता त्याला हसू फुटलं... मनाला थंडावा मिळू लागला. सगळं पाणी अंगाला कुरवाळू लागलंय असं वाटू लागलं. त्यानं खाली वाकून पाण्याचा मुका घेतला. ओंजळीत पाणी घेऊन डोळ्याला लावलं. बारीक लाटांवर आपला गाल टेकून तो हळुवारपणानं त्याच्याकडनं गुदगुल्या करून घेऊ लागला.... डोहात पडलेल्या पानांची पाठशिवणी करू लागला. सावलीत गेलेली पानं हातानं हळूहळू ढकलत उन्हात आणायचा. नि उन्हात जोरानं त्यांना ढकलत उभे हात मारत त्यांची पाठ शिवायचा.

हातपाय हलवून हलवून थकल्यागत वाटल्यावर तो काठावर आला. पाण्याच्या उमाडलेल्या लाटा हळूहळू मावळत चालल्या. डोह गंभीर होत चालला. हळूहळू घरातलं काहीतरी गमावल्यागत उदास दिसू लागला... भाकरी असती तर आपण ती खाऊन ह्येचं पोटभर पाणी प्यालो असतो. पलीकडच्या झाडीत खुश्शाल निजलो असतो. हितं ऱ्हाऊन शेतसुद्धा केलं असतं. पीक-पाणी पिकवून हितंच जलम काढला असता. ह्या घाणेरड्या गावात त्येच्या आयला हगायलासुद्धा जायला नग...

उदास मनानं त्यानं ओल्या अंगावरच कुडतं, चड्डी घातली. उन्हाचं त्याला ते बरं वाटलं. टोपीनं डोसकं पुसून काढून, वाढलेली केसं तशीच पसरून टाकली. उन्हातनं बोडकाच परत चालला. दीस दुईवर येऊन झणझणत होता नि पोटात कडकडून भूक लागली होती.

येताना त्याची नजर गोनुगड्याच्या धावकडं गेली. धाव निवांत दिसत होती. नुकत्याच मोटा सुटल्या होत्या. बैल नि माणसं खोपीकडं जाऊन सावलीला चारा-पाणी खात होती. नुसती टळटळीत दुपार रानभर पसरलेली. झाडं आपआपला गारवा जपत उन्हात न्हात मुकाटपणे उभी राहिलेली.

धावंजवळच गोनुगड्यानं थोडं माळवं केलं होतं. त्या आवडात बाळक्याला घुसावं असं वाटलं... पोटात भूक पेटल्यागत झाली होती. तो इकडं-तिकडं बघत हळू आवडाकडं चालला.

कुपाच्या एका भसक्यातनं हळूच बसत बसत आत घुसला. भेंड्या, बावच्या नि कापूस- वाळकीचं वेल गारेगार. मन भरल्यागत झालं. कुपाशेजारीच बसून त्यानं कोवळ्या भेंड्या तोडल्या नि भुकेच्या पोटी कराकरा चावून खाल्ल्या.

...तीन-चार भेंड्या खाल्ल्यावर त्याचं तोंड जिळबट झालं. तोपर्यंत कुणी येत नाही, कुणाची चाहूलही नाही याची खात्री झाली. तो पुढं सरकत सरकत वाळकीचं बेल हुडकू लागला. बाजार नुकताच झालेला. बहुतेक वाळकं बाजाराला तोडून नेलेली. उरल्या होत्या त्या वीतवीतभर किरळ्या. त्यातल्या दोन तोडून त्यानं तिथल्या तिथं बसूनच कराकरा खाल्ल्या. मग गांधीटोपीची घडी मोडून आणखीन दोनचार किरळ्या त्यानं टोपीत टाकल्या. सरकत सरकत कुपाकडंला गेला.

उठता उठताच त्याच्या पेकटात बाक्कदिशी धोंडा बसला. नि तो 'आई गंऽ' करून जागा झाला. मागं-पुढं चाहूल घ्यायची त्याच्या ध्यानातच नव्हतं. दणका बसल्यावर पाठीमागं बघितलं तर गोनुगडा कुपाच्या पलीकडंच कळकीच्या दाराजवळ उभा राहिलेला दिसला. बाळक्यानं सरळ टोपी उलटी केली नि किरळ्या तिथंच टाकल्या. पातळ कुपातनं मुसांडी मारली नि भोंड्या वावरातनं सत्राट पळाला... पेकटात चांगलीच कळ उठली होती. पण ती सोसून धरत त्यानं वाट गाठली. गोनुगडा शिव्या देत तीन-चार कासरं पळाला. चार-पाच धोंडे भिरकावून परत फिरला.

गोनुगडा परत फिरल्यावर बाळक्याचं पळणं थांबलं. मधेच वाटेवर उभं राहून त्यानं कुडतं वर करून कमरेखाली बघितलं. चार बोटाएवढा खुब्यावरचा जागा चांगलाच चेचला होता. लाल-लाल झाला होता. तिथं घामानं चुरचुरत होतं. त्यानं त्या जागेला थुंकी लावून कुडतं वर सोडलं. दोन्ही हाताला नि पायाला कुपाची शिरी भरपूर ओरबडली होती. डाव्या हातावर तर लाललाल रेघ खुरप्यानं ओढल्यागत झाली होती. तिथंही भगभगत होतं. त्यानं टिक्कीचा पाला ओरबडून त्यावर पिळून लावला... फाटलेल्या मनानं गावाकडं चालला.

उन्हाच्या झळा गावाभोवतीनं वेढा टाकून लकलक हलत होत्या. चिमण्या वळचणीच्या कौलांखाली जाऊन गपगार बसल्या होत्या. पायांला चटकं बसत होतं.

सावली दिसत नव्हती. तरी त्याला गावाकडं जायला नको वाटत होतं... निदान घराकडं जायला तरी नगं. खुशाल कुठंतरी वळचणीकडंला उपाशी कुत्र्यागत हात-पाय मुरगळून पडून ऱ्हावं. तिथंच सात-आठ दिसांनी मरून जावं. कुणीतरी आपल्या पायाला दोरी बांधावी नि आपलं मढ आपल्या घरावरनं वडत न्हावं. आईला नि कदमाला ते दिसावं... असाच मरून सर्गात बाजवळ जाईन. त्येला समदं समदं सांगीन. परत येऊन दोघंबी त्या दाद्या कदमाचा जीव घेऊ...

...डुकराच्या डोसक्याचा सुक्काळीचा! आता गेला असंल बोंबलत आपल्या घराकडं... घरात जाऊन भाकरी हाणायची ते पळायचं. तिनं मारलं तर दोन दणकं खायचं, पर भाकरी सोडायची न्हाई...

गल्लीत आल्यावर त्याच्या मनावर खूप दडपण आलं. आईचा मार कमीत कमी कसा खायचा, भाकरी कशी मिळवायची, याचे विचार त्याच्या डोक्यात घोळू लागले.

मार दिला तर घुम्यागत खाण्यासाठी त्यानं आपलं मन घट्ट केलं नि लावलेलं घराचं दार बाहेरनं ढकललं... त्याच्या काळजाचं झाळ्ळदिशी पाणी झालं. दाराला आतनं कडी होती... अजून कडी. आयला या घराच्या! हे बाहीरनं कडबा घालून, राकेल वतून पेटवून दिलं पाहिजे... हिच्या आयला ह्या आईच्या! ह्या रांडमुंडीनं लाज कुठं ठेवली? बारावर एक वाजायला आला तरी अजून दार आतनं बंद.

घटकाभर तो दारापाशी तसाच थांबला. कान लावून त्यानं आतली चाहूल घेतली. बांगड्या वाजत होत्या. कुजबूज ऐकू येत होती. त्याला वाटलं डोसकं दारासंगट बडवून दार फोडावं. दारावर दांडगा दगड उचलून टाकावा.

पण तो तसाच थांबला. डोसकं तापत चाललं म्हणून एकदा त्यानं हळूच दमदारपणानं दार खच्चून आत दाबलं. कडीला आतनं ओढ लागली, पण ती निघाली नाही.

... तो तसाच खाली मान घालून गल्लीत आला. इकडं तिकडं त्यानं बघितलं. कुणीच गल्लीत दिसत नव्हतं. घरं तापून तापून वितळायच्या घाईला आल्यागत दिसत होती. सगळी शांत. उन्हाचा ताप सहन करत दगडागत बसलेली. दारांचं डोळं मिटून घेतलेली. वरनं ऊन घरांच्या मनांची पर्वा न करता ओतणारं.

वळचणीतनं बाहेर पडून तो उन्हात घुसला. दाराकडं पुन्हा एकवार बघितलं. पोटात अंधारातलं काळंबेरं घेऊन मख्खासारखं बसलेलं ते डांबर लावलेलं दार उखडून काढावं असं त्याला वाटलं. पण तो तसाच उन्हात गळलेल्या, अनवाणी पायांनी शिरला. हात-पाय चांगले होरपळून जावेत, अशी त्याची इच्छा...

धगधगत्या रस्त्यानं तसाच लगालगा चालत राहिला. पळून जावं असंही वाटलं. पण पोट कुठं तरी अडकून ठेवत होतं. पळूनही जाऊन कुठं काय करायचं ठाऊक नव्हतं.

पाय चांगलेच होरपळल्यावर नि शक्ती नाहीशी होत चालल्यावर त्याला कुठं तरी थांबावंस वाटलं... पोट आत आत भकाळीला गेलेलं. समोर शेखशेराचा दर्गा दिसला. भोवतीनं चिंचाची गारेगार झाडी. झापड आलेल्या कुत्र्यागत तो सावलीत शिरला.

सावलीत एका बाजूला चार-पाच माणसं इस्पिटांनी खेळत होती. त्यांच्या भोवती दोन-तीन माणसं बसून बघत होती. तो तिथं हळूहळू जाऊन थांबला.

घटकाभर थांबून तिथंच बैठक मारली. गुडघे पोटात घेऊन इस्पिटांकडं बघत बसला. दुऱ्या, तिऱ्या, पंचे, अठ्ठे पडत होते. काळे, तांबडे रंग दिसत होते. चौकट, बदाम, इस्पिक, किलवरांचा ढीगच्या ढीग पसरून पडलेला. त्यातूनच राजा-राणी गुलामांची रंगीत चित्रं... त्याचं मन रंगून गेलं. कोण तरी जोड लावून पानं खाली करायचा नि सगळ्याकडनं पैसे गोळा करायचा. त्याच्याजवळ येणारे पैसे बघून बाळक्याचं मन पिकू लागायचं. भूक-तहान विसरून तो क्षीण हासायचा.

एक-दीड तासांनी त्यांचा खेळ संपला. माणसं बडबडत, एकमेकांचे हिशेब भागवत उठली. टोणक्याच्या हाटेलाकडं चालली. त्यांच्या मागोमाग तोही रेंगाळत चालला. माणसं हाटेलात गेली. तो तसाच रस्त्यात उरून राहिला. त्याच्याकडं कुणी बघितलंही नाही... काचेच्या कपाटात तेलकट पिवळी कांद्याची कुरकुरीत भजी त्याला दिसली. तोंडात लाळ आली. शेवेची ताटं, चिवड्याचा ढीग, त्यातली भाजलेली खोबरी, लाडवांची लगड; त्याला काचेजवळ जाऊन काचेवर जीभ लावावी असं वाटलं. टोणक्याचा हात भज्यात गेल्यावर तो फारच अस्वस्थ झाला.

माणसं कचाकचा भजी खाऊ लागली. त्यांच्या तोंडाकडं बघून झाल्यावर त्याचे पाय नकळत घराकडं वळले. पोटातली भूक आत एकदम भडकल्यागत झाली. डोसकं झिणझिणत चाललं. त्यात काहीच विचार येईनासा झाला. अधून मधून डोळे अंधारल्यासारखे वाटत होते. मुंडी झाडून तो पुन्हा उन्हाकडं बघू लागला. घाईघाईनं घराकडं चालला... दाद्या गेला असंल बोंबलत. दुपार टळली आता.

घराचं दार अजून बंदच दिसलं... एखाद्या वक्ती आई आत एकटीच निजली असलं. दार नुसतं फुडं ढकलेलंबी असायचं. ढकलून बघू या. कडी असली तर हाक मारू. अजून त्यो भडव्या हितं कुठला ऱ्हायला आलाय.

विचार करता करताच त्यानं दाराला हळूच ताकद लावली... आतली कडी गच्च होती. त्याच्या डोसक्यात रक्त झणझणत चढत चाललं. त्यानं दार पुढं ओढून पुन्हा जोरानं मागं धडकलं. धाडदिशी वाजलं. दाराला हळूच कान लावला. आतनं कांकणांचा नि कुजबुजीचा दबका आवाज आला... त्याच्या डाव्या पायाच्या चंप्याला खाज उठली म्हणून त्यानं दारातल्या दगडावर पाय आदळला, नि दाराला खचून धडक दिली. आतनं आवाज आलाच नाही.

वाट बघून त्यानं धडाधडा धडका दिल्या. तरीही आत गपगार.

"आयेऽऽ!" मोठ्यानं रडव्या सुरात हाक मारली.

"आयेऽऽ!" दुसरी हाक. जास्तच उमाळून येत होतं. धडाधडा दाराला धडका. त्याच्या मनाचा बांध फुटला.

"दार उघडती का न्हाई?"

आवाज नाही. पुन्हा दाराला धडका.

तो थांबला. काहीतरी मनात आलं, डोळ्यात आलेलं पाणी त्यानं पुसलं. शेंबूड टोपीनं काढला नि हिकडं तिकडं बघिटलं.... सगळी गल्ली शांत होती. रस्त्यावरचं ऊनही अनवाणी वाटत होतं.

दोन पावलं मागं सरकून दारावर त्यानं दाण करून लाथ मारली... दार हलायला तयार नाही. पायाला झिणझिण्या आल्या. भुकेनं अंगात नेभळटपणा आला होता.

तो दाराजवळ गेला. मूठ आवळून कडी हातात धरली आखूड होती तरी रेटा देऊन बाहेरनं चापून घाटली.

मागं सरकून रस्त्यावर आला. गल्ली शांत. हिकडं तिकडं बघून त्यानं खच्चून बराच वेळ बोंब मारली. गल्लीची दारं धडाधड उघडली नि माणसं पळत आली 'काय झालं' विचारत त्याच्या भोवतीनं जमा झाली.

"दार उघडाऽ." म्हणून इतका वेळ आवरलेलं रडू त्यानं भोकाड पसरून सोडलं. सूर काढून रडू लागला.

माणसांची गडबड ऐकून दार आतनं खडखडलं. कुणी तरी बाहेरची कडी काढली. विसकटलेल्या केसांची मंजी बाहेर आली. गर्दीच्यामधे येऊन तिनं बाळक्याच्या पेकटात लाथ घाटली.

"बाहीरनं कडी का घाटलीस?" सुरात सूर दोन लाथा बसल्या. "का घाटलीस बाहीरनं कडी? बोल."

माणसं 'ऱ्हाऊ दे,' म्हणून सोडवून घेऊ लागली. तसा तिला जास्तच चेव आला. पुन्हा पेकटात लाथ.

"काय म्हणती मी? का घाटलीस कडी?" पुन्हा लाथ. लाथेसरशी तो कोलमडून पडला.

"भूक लागली हुतीऽऽ" त्याला उमका फुटला. तापलेल्या धुळीत हात टेकून उठू लागला.

"भाड्या, कामं करायला नगंत. साळंला जाईत न्हाईस. कामाला जाईत न्हाईस. एक गोष्ट धड ऐकत न्हाईस. असं करू लागलास तर कुठलं आणून घालू तुला?... काय करू तरी मी?" पाठीत पुन्हा लाथ. ती चिडली होती. "व्हय? काय करू सांग तरी मी?"

''आईऽ आई गंऽ!'' त्याचं पेकाट चांगलंच ढिलं झालं. धुळीत पुन्हा कोलमडला. आईला आठवत मंजीपासनं तसाच घसटत बाजूला सरकला. नि फाटलेल्या चड्डीतनं धूळ ढुंगणाला जास्तच चटके देऊ लागली.

माणसं उघडलेल्या दारातनं आत बघत होती. घरातला काळामिट्ट अंधार हलायलाही तयार नव्हता.

◆

बाप्पा

आबा गर्दीत कुठं आहेत हे यशवंताला कळत नव्हतं... त्यांच्यापास्नं तशी दूर राहायची त्याला सवय झाली होती. चाललेल्या रडारडीत त्याच्याकडं कुणाचं ध्यानही नव्हतं. बराच वेळ गेल्यावर तो स्वयंपाकघराच्या दारात बसलेल्या ताना आज्जीकडं गेला आणि तिच्याकडं शेंगा-गूळ मागू लागला.

"आता खाऊ नगं. ते बघ बावा आला."

त्यानं सगळीकडं पाहिलं. पण बावा कुठं दिसला नाही. जिकडं तिकडं नेहमीच्याच वस्तू होत्या. बावाला भ्यायचं असतं, मोठी माणसंसुद्धा त्याचं नाव भिऊनच घेतल्यागत बोलतात, हे त्याला ठाऊक होतं. तरी भिऊन का होईना त्याला एकदा बावा बघावा असं वाटे. पण तो नेहमीप्रमाणं दिसलाच नाही.

गणपतीच्या खोलीजवळ त्याला फक्त गर्दी दिसली. ती दुपारी चार वाजल्यापासून दिसत होती. अशी गर्दी वाड्यात गणपती बसवताना एकदा-दोनदा पाहिल्याचं त्याला आठवत होतं... माणसाएवढा मोठा उंच गणपती. सोंड असलेला माणूसच! रंगीत फुगे, फुलांचे ढीग, गुलाल, माणसांचा गलबला, पेढे-बत्तासूंचा प्रसाद, गुलालानं अंग भरलेल्या माणसांची मिरवणूक... माणसंच माणसं. यशवंता शेंगा मागता मागता जुनं आठवून खुदकन हसला.

म्हातारी झेपायचं नाही म्हणून त्या गर्दीत घुसली नाही. ती दारात बसून डोळे भरत होती... आठवणी येतील तसे डोळे भरत होती. डोळे पुन्हा-पुन्हा भरत होते आणि हळूहळू मोकळे होत होते. यशवंताला शेंगा-गुळाची आठवण पुन्हा झाली. त्यानं तिचं लुगडं ओढलं. मारलं, बोचकारे घेतले.

शेवटी पोत्यातल्या आठ-दहा शेंगा त्याला मिळाल्या. गुळाचा खडा मिळाला. तशाच त्या ताटलीत घेऊन तो वाड्याच्या मध्यावर असलेल्या चौकाच्या पलीकडच्या बाजूला जाऊन ओसरीतल्या चौफळ्यावर बसला... त्याच्या आवडीची जागा. चौफाळा हलताना क्षणभर पाखरागत हवेत तरंगल्याचं सुख मिळायचं... आबा त्याच्यासाठी गळ्यात घरघर ठेवून बघत आहेत, हे त्याला ठाऊकच नव्हतं.

गणपतीच्या खोलीतही हे कुणाला कळत नव्हतं. कारण वरून सगळं शांत शांत होत चाललं होतं. एवढे मोठे उग्र डोळ; पण उन्हातल्या चिमणीगत मवाळ कातडं ओढून मिटू बघत होते. आता त्यांचा गार होत वेढणाऱ्या अंधाराशी प्रचंड झगडा चालला होता.

...एकुलतं पोर, अजून पाच वर्संबी नीट झाली न्हाईत, माझ्या मागं ह्येचं कोण बघणार? ना आई ना बा. माझी इस्टेट कोण सांभाळणार? माझ्या मागं ह्येच्या हाताला कुणी पैबी लागू देणार न्हाई. सगळं भाऊ टपून बसल्यात. पोराला ईख घालून वाट मोकळी करतील आता. माझ्या येसवंताचा पत्ता न्हाई. ते जीव घेतील. पाटलाच्या कुळीचा इत्यास असाच हाय, येसवंता!

...शरीराबरोबर चाललेल्या मनाच्या झटापटीत क्षणभर उजेड दिसत होता. त्या उजेडात यशवंता दिसतो का ते पापणीचं जड झालेलं कातडं उचलून बघत होते. पण तो त्या निमिषात दिसत नव्हता. दिसत होत्या फक्त माणसांच्या वितळत चाललेल्या, एकमेकांत मिसळत चाललेल्या, अंधूक पुसट आकृत्या. दिसता दिसता हळूच गडद अंधार वेढायचा. सगळा काळोख. यशवंता कुठंच नाही.

यशवंता काळोखाच्या बाहेर चक्क उजेडात चौफाळ्याच्या झोक्यांवर तरंगत होता.

'पोराला माझ्यासमोर आणा.' अंतर्यामीची आबांची इच्छा. पण तसं सांगायलाही आता जीभ हलू इच्छीत नव्हती. तिनं सगळं काही मघाशीच आवरून घेतलं होतं. नाक श्वासांना नाकारू बघत होतं, पण उघड्या भोकांतनं हवा घरघरत आत जात होती. ओठ आपोआप ढिले पडत चालल्यामुळे त्यातनं ती शब्द तयार करायचं सोडून तशीच बाहेर येत होती... सगळं अंग आतल्या आत निखळत, ढिलं होऊन तिथंच बसत चाललं होतं आणि त्याला धरून ठेवण्यासाठी नुसती इच्छा धडपडत होती... 'पोराला समोर आणा.'

यशवंता खाली बघून शेंगा खाण्यात रमलेला. शेंगांची माती नखांनी टोकरून शेंग दाढेत घालण्यासाठी त्याची इच्छा अनावर होत होती. जिभेला गुळामुळं पाणी सुटून ती मिटक्या मारत होती. शेंगा फोडताना, तोंडातून काढून तिच्यातील पाकोळ्या झाले दाणे चटाचटा तोंडात घालताना गडबड उडत होती. दातांखाली फुटलेले दाणे जिभेच्या शेंड्यावर आले आणि त्याच दातांनी गूळ दातलला की दोन्ही एकत्र होऊन मस्त चव... पुन्हा दुसरी शेंग, दुसऱ्यांदा गूळ दातलणं. भूक शमत चालली होती.

आणि तिकडे आबा झगडून झगडून शरण गेले. त्यांची नाव पलीकडे नेऊन अंधाराने पोचती केली आणि खोलीत हलकल्लोळाची लाट डोंगराएवढी उंच उसळून ठिकऱ्या उडाल्या. आगीनं वेढल्यागत गर्दी मागे-पुढे खेचू लागली. खोलीच्या

खिडकीच्या गजाला अनेक हात झोंबू लागले. पण काही दिसत नव्हतं. फार ओरडा झाला म्हणून यशवंताचं तिकडं लक्ष गेलं. क्षणभर त्याच्या डोक्यात बसवली जाणारी गणपतीची मूर्ती चमकून गेली. पण पुन्हा तो शेंगा खाण्यात गुंग झाला... त्या संपवून पुन्हा त्याला जमल्यास थोड्याशा मागायच्या होत्या. नाहीतर मग त्यावर घटाघटा पाणी प्यायचं होतं. गुळचट होत ते गळ्याखाली उतरणार होतं.

पोट भरल्यावर तो सदऱ्यानं तोंड पुसत उड्या मारत आबांकडे जाणार होता.

"मी शेंगा खाल्या."

"असं का?"

"...आणि गूळ खाल्ला."

"अरे वावावा! शेंगा केवढ्या खाल्या?"

"एवढ्या!" हात पसरलेले.

"हां मग हातरूण भरून ठेवणार तर राती!"

"हाऽ..." त्याला त्याचा काही अर्थ कळत नव्हता. पण काहीतरी भरून ठेवायचं. एवढं कळूनच तो आबांना शेंगांच्या आनंदात मिठी मारणार होता.

"आबा गाडीत बसून मळ्याकडं जायचं का?"

"हां! पर आता नग."

"जाऽऽयचंऽऽ."

"मला बरं न्हाई."

"मग उद्या जाऊ या?"

"हां!"... ही आबांची नित्याची अलीकडची भाषा होती. आबा आथरुणाला खिळल्यावरची... नाही तर एरवी रोज सकाळी दोघं एकत्र निजलेले आठ वाजता उठत होते. ताजं दूध त्याला मिळत होतं. आबाही आकडी दुधाचा भरलेला तांब्या तोंडाला तसाच लावत होते... एका जागी एकदम आंघोळ. मोठ्या पाटावर आबा, छोट्या पाटावर यशवंता. मोठ्या पातेल्यात एक मोठा नि दुसरा लहान असे दोन तांबे... मज्जा, दुपारी जेवणं एकत्र, एका ताटात. दुपारच्या झोपेपूर्वी दंगामस्ती. नाकांचे बोचकारे, चावे, मिशांची ओढाताण...

'आबा, तू गाढो' शेवटी चिडून शिवी देणं. त्याला ही शिवी येत होती. आबाही खोखो हसत सुटत होते... मग झोप. अगदी उराच्या उबीला घेऊन आणि संध्याकाळी घोड्याच्या गाडीतनं मळ्याकडं जाणं.

दीड वर्षाचा असल्यापासनं असा अंगासंगं घेतला. पहिल्या बाळंपणातच कांही झालं नि वाळवी लागलेल्या झाडाप्रमाणं झडझडून रुक्मिणी क्षयानं गेली, पाठीमागं फळ ठेवून. नाहीतर वंश गोत्यात येणार होता. लग्न झाल्यावर आठ-नऊ वर्षांनंतर

सतरा नवसानं यशवंता झालेला. त्यातच अंधारातल्या खोलीचा आजार. पुढे बायको म्हणून जवळ घेणं नाही... मग हातभट्टीचं चोरटं पाणी. तिला जास्तच झाल्यावर सारखं पिणं... रुक्मिणी गेली तेव्हाही पिऊन तर्रर. हळूहळू जास्तच. मळ्यातच भट्टी लावायला सांगितली. कडककडक काढायची. तिनं वर्षभरात आतड्याला भोकं पाडून टाकली... मग पाण्यातल्या मढ्यासारखं फुगणं. जगणं तसंच चालू होतं.

यशवंता शेंगा संपवून ताना आजीकडे पुन्हा मागायला आला. तिनं त्याच्यावर डोळे वटारले.

"आता न्हाई मिळणार. गप बस; नाहीतर घोड्याला चावायला सांगीन."

"...पाणी देऽ"

तिनं त्याला फसवण्यापुरतं पाणी दिलं.. त्यालाही ते चवीपुरतं पुरेसं झालं. तेवढंच पिऊन तो परत फिरला... म्हातारीनं त्याच्या अंगरख्याचा मागचा सोगा धरला.

"नगं जाऊ बाबा, माझ्याजवळ बस आता तासभर."

"नाई मीऽ"

"तुला आणि शेंगा उद्या देती."

"नाई मीऽऽ"... त्याला शेंगा खाल्ल्याचं आबांना जाऊन सांगायचं होतं. पोरगं बंड आहे हे म्हातारीलाही ठाऊक होतं. तिनं त्याला तिथंच धरून ठेवलं. मग भोकाड पसरणं. म्हातारी वैतागली... मुळावर जलमलंय कार्टं. धा वर्स ध्यायीचं पाणी करून आई-बांनी ह्येला आभाळातनं हुडीकला. सतरा सायासं नि नऊ लाख नवसं केली, तवा जलमाला आला. आला तसा आईचं चंदन करून उगळायला घाटलं. बानं दारूत वासना घातली. आता त्येलाबी गिळून बसला. आता वनवासी झालंय तरी पोट सोडत न्हाई, का हट्ट सोडत न्हाई.

"गप्प बसतोस का न्हाई?"

त्यानं जास्तच भोकाड पसरलं. गर्दीत असलेल्या थोरल्या चुलत दादाचं त्याच्याकडे लक्ष गेलं नि तो धावत आला.

"काय झालं?"

"मला आजी माती..."

"चल माझ्याकडं ये."

"मला जायचंऽ"

"कुठं?"

"वरती!"

चुलतदादा वरती माडीवर घेऊन गेला. पण तिथं लोडगादी मोकळीच होती. पलंगही मोकळाच... त्याचा चेहरा पडला... आताशा असं घडत होतं. आबा अधनं-

मधनं कोल्हापूरच्या दवाखान्यात जात होते. तिथं राहत होते.

"इथं कुणी न्हाई यशवंता... आबा गेलंऽऽ!" चुलत दादाच्याही पोटात कालवलं.

"आ?... काय गऽ?" त्याला कुणी 'काय रं' 'काय हो' म्हणायला शिकवलंच नाही. बोललेलं कांही कळलं नसलं म्हणजे 'काय?' असं म्हणायचं असतं एवढंच त्याला ठाऊक झालं होतं. आबांना जास्त झाल्यापासनं बायकांच्या संगतीतच तो जास्त असायचा. दादानं त्याला उरासंगट कुरवाळला. पण त्याला ते फारसं आवडलं नाही. तो ताठ बसला.

"उद्या जाऊ या आबाकडं?"

"जाऊ या हं." त्यानं आवरतं घेतलं.

"खाली चल."

"चला"

दोघं खाली येऊन चौकात उतरले. तिथं सगळी तयारी चालली होती. दगड मांडलेले. मातीच्या मडक्यात ओतण्यासाठी मोठा भरलेला हंडा बाहेर आणला जात होता. मडकी आणायला कोणीतरी गेलं होतं. त्याची वाट बघत दगड आभाळाकडे डोळे लावून बसले होते... सगळं आभाळ कोरडं... पाणी नसलेलं. पांढरे स्वच्छ ढग शांतपणे बसलेले... यशवंता हे नवीन काही चाललेलं टक लावून बघू लागला.

तिकडं कल्लोळाची लाट वाढली होती. चौघेही भाऊ अबोला विसरून एकत्र आले होते. मधे पडलेले आबा पाचवे. भोवतीनं भावांच्या बायका, त्यांची लहानमोठी मुलं. आलेल्या तिघी बहिणी... सेवक, दार भरलेलं. सगळा वाडा आक्रोशानं कोंदून गेला. क्षणभर यशवंताचं खोलीकडं लक्ष गेलं आणि त्याला त्यातही गंमत वाटली. गणपतीच्या आरती भजनाचे मोठमोठे ध्वनी त्याच्या मनात चमकून गेले.

"येसवंताऽऽऽ!" म्हणून बडोद्याची थोरली आत्या खोलीतनं धावत आली. तिनं त्याला जवळजवळ हिसकावून घेतला. पोटात घालावा, असा पोटासंगं धरला. त्याला कांहीच कळलं नाही... असं हिसकावून घेतलेलं त्याला आवडत नव्हतं. येडबडून त्यानं रडायला सुरुवात केली.

कठड्याजवळच्या माणसांचं त्याच्या रडण्याकडं लक्ष गेलं. ती कळवळली. "पोरकं झालं बिचारं..."

"धनी घटकाभर सुदीक पोराला सोडून ऱ्हायचे न्हाईत."

"वर्साचा असतानाच आई गेली. देवमाणूस हुती बिचारी... समईतल्या तेलवातीगत जळून झिजून संपली." आडवा पदर लावलेली एक बाई.

"पोराचाच भोग म्हणायचा... ना आई, ना बाबा..." सगळ्या वाड्यात एकटं पोर. बावन्नखणी वाडा. भाऊबंद सगळे बाजूला झालेले. एकट्या पोरासाठी वाडा किल्ल्यागत उभा राहिलेला. पण आता आतनं पोखरलेल्या डोलाऱ्यागत पोकळ

गंभीर वाड्याची गार सावली... नागाच्या फणीखालच्या सावलीगत. भाऊबंदकी उभी जळणारी. देशमुखाच्या घराण्यात बाध्या, वाघाची केस घालण्याची परंपरा. रुक्मिणीच्या बाबतीतही हाच संशय प्रथम आबांना आला होता. पण तो पुढे क्षय निघाला. म्हणून तर आबा यशवंताला प्राण ठेवलेल्या माणकागत सारखे जवळ घेत होते. आता तो ह्या वाड्यात एकटाच... सर्पभूमीतला महाल. त्या महालाच्या भिंतींना अनेक बिळं, आणि बिळात महाविषारी काळे नाग, साप.

आत्याजवळ घटकाभर कसं तरी राहून त्यानं आपली सुटका करून घेतली. त्याला तिच्या मिठीत घुसमटल्यागत झालं. तेथून तो उठला आणि चौफाळ्यावर जाऊन बसला. तेथून त्याला चौकात नवनवीन काही चाललेलं सगळं दिसत होतं. कोणी हातही लावायला येणार नव्हतं. तेथून त्याला कोपऱ्यात उभे केलेले हिरवेगार वासे दिसले. ते घेऊन कोणीतरी मधनं तोडू लागले.... बागेला दार. त्या दाराला त्याच वाशांच्या चिंबवलेल्या हिरव्या पाठीच्या पांढऱ्या कामट्या... त्यांना येणारा हिरवट-हिरवट वास... त्याला आठवण झाली.

कुणीतरी चार-पाच पेंढ्या कडबा आणून टाकला... गाई-म्हशींचा चारा. त्याच्या गनकाट्याची दिना गड्यानं करून दिलेली बंदूक. टुप करून गोळी उडायची. पण तो कडबा आता त्या हिरव्या दारावरच अंथरला. बैठकखुर्ची त्याच्यावर आणून गच्च बांधली... कठड्याच्या काठावर फुलांची पाटी... तांबडी, पांढरी, गुलाबी ठिपश्यांची पिवळी जर्द, छानछान फुलं... चला दिनाकडं. बागेत जाऊ या. माती उकरू या. खुरप्यानं झाडाच्या फांद्या तोडू या. पाण्यात उड्या. फुलं तोडायची, कुस्करायची... त्याला जुनी आठवण पुन्हा झाली. "मालक, फुलं तोडू नका... देव रागाला येईल... गणपती बसलाय न्हवं घरात? त्येला फुलं पाहिजेत."

"काय गं?"

"फुलं तोडू नका."

"मला पाहिजे."

"मग दोनच घ्या."

"दोनच घेऊ?"

"हां!... देवाला घाला."

"देवाला?"

"हां! नव्या देवाला. गणपतीला."

"गंपतीला?"

"हां!"... मग खूप तोडली... गणपतीला घातली. दिनानं हात जोडून नमस्कार करायला लावला. त्या तंद्रीतच तो परसातल्या बागेत गेला. पण तिथं दिना नव्हता. फुलंही कोणी तोडून नेली होती. कर्दळी खुरप्यानं कापल्या होत्या. तुळशीचं वृंदावन,

पार बांधलेला लहानसा पिंपळ, पारावरच बांधलेलं लहानसं मारुतीच भगवं देऊळ, सगळं एकटं एकटं दिसत होतं. दिना कुठंच नव्हता. मग तो पलीकडच्या गोठ्याजवळ गेला. तिथंही दिना नाही...गुरांच्या पुढ्यात कडबा गवत काहीच नाही. ती मान वर करून परसाच्या दाराकडं बघतेली... तो हिरमुसला होऊन परत चौफाळ्यावर आला.

धान्याचं पोतं फुटल्यागत गर्दी गणपतीच्या खोलीतनं बाहेर उसळली नि आबांना आंघोळीसाठी बाहेर आणलं. ते शांत होते. कपाळावर फक्त चिंतेची रेषा उमटली होती. डोळे मिटून विचार चालल्यासारखा चेहरा. भोवतीनं बहिणींचा टाहो. भावांची सेवाचाकरी सुरू झालेली. पण तिकडं आबांचं लक्ष नाही. मिटलेले डोळे आणि आतल्या आत चाललेलं चिंतन.

मोठ्या पातेल्यात कढतकढत पाणी काढलं. त्यांना पाटावर आणून ठेवलं. बहिणी मोठ्यानं रडत आंघोळीची तयारी करू लागल्या. यशवंतानं चौफाळ्यावरनं आबांचा चेहरा एकदम ओळखला. तो चुळबुळला. आबांकडं जावं, असं अनावर झालं. पण थोरली आत्या तिथं होती. बाकीची परकी, ओळख नसलेली बरीच माणसं. आणि आबाही काहीच बोलत नाहीत. त्यांनी संपूर्ण दुर्लक्ष केलेलं... आबांच्या शेजारी अंघोळीचा माझा पाटही मांडला नाही. लहान तांब्याही पातेल्यात दिसत नाही. 'आम्ही नाई जा अंघोळ करत.'

तो तिथेच थांबून त्यांच्याकडे गाल फुगवून बघू लागला. म्हातारी त्याच्याजवळ येऊन भुईला राखणदारासारखी बसली होती.

तिरडीवर गच्च बांधलेली खुर्ची गणपतीच्या खोलीसमोर सजवली जात होती. चार बाजूला चार केळी आणि कर्दळी. कर्दळींना असलेली भगवट बदामी फुलं. खुर्चीवर फुलं, गुलाल नि हळद असलेल्या मोठ्या पुड्या जवळच सोडून ठेवलेल्या.

अंघोळ झाल्यावर सणावारी बांधला जाणारा फेटा बांधून आणि नवे कपडे घालून आबांना खुर्चीवर आणून बसवलं. भोवतीनं कफनाचं कापड चेहरा उघडा ठेवून पांघरुणागत घातलं... सगळी तयारी झाली.

"आता उचला. उशीर लावू नका. दीस हितंच बुडून गेला." कोण तरी धीराच्या आवाजात बोललं.

...आता उचलायचं तरी आबा शांत. त्यांच्याकडं पाहून भावांनी असहाय हंबरडा फोडला. सगळं वैर अश्रूंत, रक्ताच्या नात्यात त्या क्षणी तरी धुऊन गेलं.

"उचलाऽऽ उशीर नगंऽऽ" आवाज चढला.

"थांबाऽ थांबाऽ" दिना एकदम गर्दीतून पुढे झाला. नि त्यानं गुलाल, हळद, उधळली, फुलं उधळली. केलेला हार घातला. तसंच थांबवून तो गर्दीतून बाहेर पळाला.

शेवटचं दर्शन म्हणून त्यानं यशवंताला समोर आणलं. बराच वेळ नाहीसा

झालेला दिना मिळाला म्हणून तोही त्याला जास्तच बिलगून दारापाशी आला. आबांना असं नटलेलं पाहून यशवंता मनोमन खूष झाला. गालाला खळी पडण्याइतका हासला. फुलून गेला. आबा देवासारखे शांत... झाकलेल्या नव्या छान कापडातनं आणलेला गणपती. त्याच्या डोक्यावर रंगीन रंगीन फेटा... बागेतली त्याला आणलेली फुलं... किल्ल्याच्या तळ्यातील ताजी टवटवीत कमळं, हिरव्यागार दूर्वा, गर्दी, टाळ-आरतीचा आरडाओरडा, मोदकांचा गोड गोड प्रसाद.'

"उचला आता." तिरडी उचलली नि कल्लोळाच्या लाटेची भरती वाडा बुडवून वर उसळली. माणसं मनोमन फुटून दगडी वाड्याच्या प्रचंड भिंतीवर शोकाच्या अनेक हाका कोसळल्या.

.... यशवंता एकदम चमकला. अंघोळ केल्यागत ताजाताजा झाला आणि पोट एकवटून ओरडला,

"गणपती बाप्पा मोऱ्याऽ!" आणि तो दिनाच्या खांद्यावर लाजलाजून चिकटला.

... त्याचा माणसाएवढा उंच गणपती पाण्यात पडायला चालला होता. वाड्याबाहेर टाळ-मृदंगांच्या नादात जोरजोरानं भजन सुरू झालं होतं.

◆

काळा धागा

नातसून बाळंत होत असताना म्हातारी अवघडून गेली होती. तिच्या मनात एक जुनी पाल प्रचंड सुसरीएवढी होऊन सरपटत होती. हिंडता हिंडता चुकचुकत होती. कित्येक वर्षांत तिच्या सुरकतून जुनाट झालेल्या चेहऱ्याला घाम आला नव्हता. पण आता सोललेल्या संत्र्याच्या सालीगत अंग ओलं झालं होतं. आठ-दहा वर्षात तिनं चोळी घातली नव्हती. त्वचेवर जुन्या पाण्यावरच्या शेवाळाप्रमाणं बारीक बारीक कात धरली होती. झाडलेल्या पिशवीगत मोकळे झालेले स्तन सगळं भोगून आता फक्त जागा धरून लोंबकळत होते. आठवणींगत काळजाखाली डुलायचे. ते तसेच मोकळे सोडून लक्ष जन्माचं ओझं घेतल्यागत ती पायांखालच्या मातीत बघत चालत होती... फिटणारं लुगडं कमरेभोवतीनं गुंडाळलेलं. त्यालाही काही न वाटणारं. ना घाट ना माट त्यातून दिसणारा. लाकडाला नेसवल्यागत ते तटस्थपणानं कमरेभोवती आधार घेऊन राहिलं होतं. त्याच्या पदरानं ती ओलं होत चाललेलं अंग दरवाज्याच्या उंबऱ्यावर बसून पुसत होती. वाऱ्याची झुळूक अंगावर सांडावी असं तिला वाटत होतं... शंभराच्या वर वर्सं होऊन गेली. किती जगायचं? पणतू झाला तर कसा असंल कुणाला दखल? तिला पणतुमुख बघण्याची तिची आस अनावर झालेली.

तिच्या ह्या काळजीकडं कुणाचं लक्ष नव्हतं. आणि तिला आता त्या वाड्यात जागाही उरली नव्हती. तिच्या महालिंगाला पाच मुलं होऊन पाचीही वाढली. पहिले दोन पोरगे आणि नंतर तीन लेकी. वाडा भरून गेला. लेकाच्या बायकोच्या ताब्यातला संसार पसरला नि तिला नुसता देव्हारा उरला. तिथंही नातवंडं रांगत, खोड्या करत आत येत होती नि तिचं सोवळं विटाळत होती. तेही दिवस मागे पडले.

थोरला नातू सिद्धेश्वर आता तिशीत आलेला. त्यानं शेंगा, कापूस, सरकी, पेंडेचा व्यापार जोरात बसवला होता. चौकाच्या पलीकडच्या मोकळ्या जागेत तो हिशोबाच्या वह्या घेऊन बसायचा. पण ऐन विशीत लग्न झाल्यावर आठ-दहा वर्षांत एकदाही त्याचा पाळणा हलला नाही. तरी तो व्यापारातच गुंग. बिछायतीच्या

हिशोबात मन रमवीत होता. त्याची बायको निर्मला मनोमन उदास होत चाललेली. तिला बघून म्हातारीची काळजी एका जुन्या भयाण काळ्या घटनेचा आधार घेऊन वाढत चाललेली. कुठं तरी मनातल्या मनात खोल खोल जाऊन ती फिरून यायची.

चार वाजले की तिच्याभोवतीनं वय झालेल्या बाया दारात जमायाच्या नि दात नसलेल्या ढिल्या तोंडानं काही तरी बोलायच्या. आतल्या बाजूला कधी सिद्धेश्वर हिशोबात नि मित्रांशी गोष्टी करण्यात गुंग झालेला. त्याच्या व्यापारातील यशाला मित्र लाचारपणे हासायचे, खिदळायचे, निर्मला वहिनीकडनं चहा काढायचे. त्यांत अनेक जण लिंगायत नव्हते. तरी त्यांना घरातल्याच कपबशातनं चहा-पोहे, तांब्या-भांड्यातनं पाणी दिलं जात होतं. कधी सिद्धेश्वर नसताना निर्मलाशीच उभ्या उभ्या गप्पा मारून जायचे. म्हातारी हे दारातनं बघायची नि आतल्या आत गुदमरून जायची. तिनं निर्मलाला सांगून, शिव्या देऊन बघितलं; पण हासण्यापलीकडं त्याचा परिणाम झाला नाही...

"बायकांनी बापयांसंगं किती बोलायचं? रीत न्हाई का धरम न्हाई रांड तुला. समदं घर बाटवून टाकलंस. कशानं मूल हुईल?"

"न्हाई होऊ दे. नऊ नवसानं तुला एक दिवटा झाला, तेवढा रग्गड झाला की... मी का तुझ्यागत जख्खड होऊन खोकड झाली न्हाई अजून." कधी कधी निर्मला चिडून बोलत होती. म्हातारी मुकाटपणानं उंबऱ्यात जाऊन फरशीवर बसत होती... तिच्या मनात एक जुनी सर्पीण फुत्कारून उठायची. आणि तिचा दंश विसरण्यासाठी मग ह्या बायांत बसून तपकिरीत ती आपलं मन रिवरिवत ठेवायची... तिची बाजू घेऊन तिचा मुलगाही आपल्या सुनेला बोलत नव्हता.

त्याला काही दिसतच नव्हतं. पन्नासाव्या वर्षीच त्याच्या डोळ्यांत वडसं वाढली होती. डोळ्यांच्या भिंती झाल्या होत्या. डोकं खाजवत तो भिंतीकडेला बसायचा. मनात पूर्वायुष्याची नदी सतत वाहत राहिलेली. त्या नदीकडेला लांब केलेले पाय पायावर घालून बघत बसल्यागत त्याचे स्थिर, न दिसता खूप पाहत असलेले डोळे.

फक्त आवाजाची दुनिया राहिली होती. न दिसणारं, अन्न जेवायचं आणि देव सांगेल तिथपर्यंत अंधारात जगायचं... जन्माच्या अगोदर अंधार. आता अंधार. आणि ह्यानंतरही घोर अंधारच... डोळ्यांसमोरचं तांबडं तांबडं दिसणारं काळं काळं होत गेलं की त्याला कळायचं संध्याकाळ होत चालली आहे. आता कुणाचा तरी ढिला होत चाललेला आवाज येईल.

"अण्णाऽऽ..." कानडी सूर.

"शिवराम काय रं?"

"हा!"

"ये ये. तुझीच वाट बघत बसलोय."

मग सुकलेल्या अंगानं उठणं. अंदाजानं बरोबर आतल्या दाराजवळच खुंटीजवळ जाणं. त्या खुंटीवरचा नारंगी रुमाल पहिल्यांदा डोक्यावर ठेवायचा. मग कोट अंगात घालायचा... त्या रुमालाचा नारंगी टवटवीत रंग आणि ताज्या तपकिरी रंगाचा कोट त्याच्या मनासमोर तरळत होता. पण आता ती दोन्हीही वस्त्रं प्रत्यक्षात विटून गेली होती. तरी ताज्या भावनेनंच तो ती अंगावर घालायचा नि शिवरामच्या खांद्यावर हात ठेवून काठी टेकत सरळ रस्त्यानं फिरून यायचा. पण हे आठवड्यातनं एकदा-दोनदाच. एरवी वळचणीला बसलेल्या दासरामाबरोबर जुन्या गोष्टींची आठवण काढून मन रमवून घेत होता... त्याच्यामुळे सगळं जग क्षणभर ताजं होत होतं. ठळक ठळक रूप त्याच्या डोळ्यांसमोर आकार घेत होतं. दासरामही त्याच्या ह्या जवळिकीच्या उबीवर जगत होता.

आपल्या डोळ्यांदेखत लेकाचं असलं अंधळंपण पाहायचं म्हातारीच्या नशिबात आलं होतं. तो जन्मला तेव्हा तिला वाटलं की, आता तो दहा-पंधरा वर्षाचा झाला की आपलं संपलं. चाळीस-बेचाळीसाव्या वर्षी तो तिच्या पोटाशी आला...जन्माला साठ वर्सं रग्गड झाली. तिथनं फुड काय खरं न्हवं. तेवढंच आपूण जगणार. पोराचं लगीनबी बघायला मिळतंय का न्हाई कुणाला दखल?- असं तिला वाटायचं.

पण पुढं दहा वर्षांतच तिचा नवरा सोमय्या दमा वाढून खंगून खंगून मेला. ती आणि दहा वर्षांचा महालिंग दोघंच त्या मोठ्या वाड्यात. बाजारपेठेत शेंगा-कापसाच्या व्यापाराचं मोठं दुकान... आणि शेंगाची पोती उचलायला, गाईचं शेण-मूत काढायला महाराचा दासराम... कुठनं आला होता कुणास ठाऊक! मातीतनं वर आल्यागत गावात एका रात्री उगवला. चार दिवस हिंडला. बाजारपेठेत हमाली करता करता दुकानात राहिला आणि तिथंच राखणीला पडू लागला. रानात चुकून पडलेल्या कांद्यागत राहिला नि वाढू लागला. रोज सकाळी घराकडं जाऊन गायगोठ्याची नि दारासमोरच्या जागेची झाडलोट करायची... शेण उकीरड्याजवळ नेऊन टाकायचं... हात धुऊन भाकरीच्या तुकड्याबरोबर चहा घ्यायचा नि दुकानात पोती उचलायला जायचं. दुपारी येऊन दाराजवळ बसून जेवायचं... तिथल्याच अन्नावर पोसला नि तेच होऊन सेवा करत राहिला.

आता खूप थकून झडून गेलेल्या खराट्यागत राहिला होता. त्यानं दुकानातलं काम सोडून कितीतरी वर्षं झाली. आता तो फक्त दाराची झाडलोट आणि गोठ्याची साफसफाई करतो. हळूहळू जाऊन दुकानासमोरची जागा लोटून येतो. खोकून खोकून निरुपयोगी होत चाललेलं नरडं चहा पिऊन शेकतो. त्या जुन्याच जागी येऊन जेवतो. वाड्याच्या वळचणीला कुत्र्यागत जाऊन सावलीला कधी उन्हाला पाठ देऊन सकाळी वाड्यासमोरच्या रस्त्यापलीकडं बसून दारातनं आत बघतो... दिवाळीचे दिवे

लावत अंधारात पुढेपुढे गेल्यागत एक चरित्र त्याच्यासमोर उलगडतं... अंधळा महालिंग, त्याची दोन तरणी मुलं, त्यांच्या बायका. त्यांची खेळणारी, हुंदडणारी पोरं...रांगच्या रांग. दिवंच्या दिवं. कोणचा दिवा कोणच्या दिव्यानं लागला कळत न्हाई. एवढं बघत बसायचं नसतं. एका दिव्याला एवढं दिवं लागलं, हेच सुख. असं काही त्याच्या मनात येतं आणि तो विझत चाललेल्या दिवटीसारखा उष्ण उष्ण होतो. सगळी उष्णता काळजात जमा झालेली... त्याच्या तरुणपणचं सगळं गावच बदलून गेलं होतं. बरोबरीची सगळी माणसं कधीच गेली होती. त्याच्यानंतरची पिढीही महालिंगाच्या रूपानं म्हातारी होताना दिसत होती. दुसऱ्या पिढीला मुलं-बाळं होत चालली होती... जग फार पुढं गेलेलं. तो आणि म्हातारी महादेवी; दोघंच वेचून ठेवल्यागत उरलेली. कधी 'हर' म्हणायची पाळी येईल सांगता येत नव्हतं. मागं-पुढं कोणीच नाही. कुठनं आला होता; आता तेही त्याला आठवत नव्हतं. तरी म्हातारी त्याला कुठलं तरी जुनाट नातं असल्यागत संभाळत होती.

आतल्या खोलीत निर्मला एकदम किंचाळली नि पोटातल्या खोळीत खूप चावत असल्यागत वाडा एकदम हलला... साप चावल्यागत म्हातारी उंबऱ्यावरनं चाटदिशी उठली. कमरेचं लुगडं सावरत चटाचटा खोलीपर्यंत आत गेली. सुरकुत्यांनी बुजत चाललेल्या तिच्या डोळ्यांना अजून दिसत होतं. अंत नसलेल्या भूतकाळाला पाहत असल्यागत ते खूप किलकिले दिसायचे.

"अजून येणा द्यायला लागलीया. आता मोकळी हुईल." धडपडत ती खोलीपर्यंत गेल्यावर धाकट्या नातसुनेनं तिला सांगितलं.

लटलटा पाय उचलत परसात गेली नि तुळशीभोवतीनं फिरून तिच्या कट्ट्यावर तिलाच टेकून ती बसली. संध्याकाळ झाली होती. महादेवाच्या देवळामागच्या चाफ्याची फुलं अंधाराचा काळा भुजंग अंगावर चढतोय की काय म्हणून शहारली होती. बेलाचं झाड मात्र वर आभाळाकडं बघत गुमान बसलं होतं. पण खाली समोरच्या काळोख्या गोठ्यातली गाय मुसमुसली. म्हातारीचं तिच्याकडं लक्ष गेलं. ती तशीच उठली. दावणीशेजारीच कडबा तोडून ठेवला होता; त्यातला तिनं थोडा गाईला टाकला. तिनं तो फक्त हुंगला नि पुन्हा म्हातारीकडं जुन्या सलगीनं बघू लागली... ओपंला आली का काय रांड? येऊन चार म्हैनं झालं... माणूस बघून उठली असंल झालं.

"वैरण खायाची न्हवती तर उठलीस कशाला गं खज्जाळे?" तिच्याशी मोठ्यानं बोलून ती परत फिरली.

गोठ्याशेजारची अडगळीची खोली तिला एकदम उघडी दिसली... घरात अडचण करणाऱ्या जुन्यापान्या आणि मोडक्या वस्तू तिनं या खोलीत पूर्वीपासनं ठेवल्या होत्या नि वाड्याची नीट व्यवस्था लावून दिली होती. ह्या अडगळीत काय

काय होतं कुणास ठाऊक!... आता तिला फक्त अंधारच दिसला... दासराम असाच ह्या खोलीतनं निघून गाईला वैरण घालून पाठीमागच्या दारानं पुढं आलेला. खोलीचं अनुभवी जुनाट दार तसंच उघडं राहिलेलं. तसाच संध्याकाळचा प्रसंग. क्षणभर तिच्या! मनातली काळी तुळस घमघमली.

आठवणीच्या मंजिऱ्यांतनं निर्मलेच्या वयाची महादेवी उठली. वाड्यात मालकीण म्हणून आलेली- वाढत चाललेल्या तरण्या चाफ्यावर पहिली कळी यावी तशी. तेवढ्याच धुंदीत नि उग्र वासाच्या तारुण्यात. अंगावरचं लुगडं कास घातल्यावर कैफ चढल्यागत दिसत होतं. वाड्याला आतनं गुलबकावली हिंडते आहे, असं पोटातल्या पोटात वाटू लागलं. तरण्या टवटवीत पानांनी चाफा गडदगर्द होत गेला.

पण फूल धरेना. वर्षावर्षानं येणाऱ्या गौरीला किती चाफ्याची पानं तांबे भरून नेसवली. पिंडीवर अभिषेक लावला. सोळा-सोळा सोमवार केले. संभापूरच्या महादेवाला साकडी घातली; पण पाऊस पडून माती ओली झालीच नाही. वाट बघून ती उरात दुभंगून गेली. पायांखाली वाळवी लागून चाफ्याचा हिरवेपणा जून होऊन विटला. विटून विटून झडला. वाडा कावराबावरा झाला. त्याच्या भिंतीखालचे पाये पोखरले आणि तो भयाण काळ्या फुंकणीगत पोकळ दिसू लागला. सोमय्या दम्यानं आणि पन्नाशी आल्यानं खंगत जाऊ लागला. त्याचंही बेलफळ मनोमन निःसत्त्व होऊन किडत होतं. मन व्यापारात रमवण्याचा प्रयत्न चालला होता. अनेक तीर्थक्षेत्रांवर मुलांसाठी दोघेही टिटवीगत फिरले आणि व्याकूळ होऊन परत आले. सोमय्याची पन्नाशी जवळ आल्यावर तर सगळा उजेड मावळून गेला. तो दुकानात आणि महादेवी त्या प्रचंड वाड्यात फुंकणीगत भणाणत एकटीच भुतासारखी, मन रेटून तुळशीची कडक पूजा करत, गाईला घास देत, देवघरात अंघोळीनंतर तास तास घालवत, विभूतीनं कपाळ माखत बसली होती... वाड्याचं दार बंद. काळ्या फकिरासारखा दासराम आला की, हळूच ते उघडायचं. तो गाईचा गोठा लोटायचा. शेण भरून, तिला वैरण घालून; परस, समोरचं दार झाडणं झालं की हातपाय धुऊन दाराशेजारी आतल्या बाजूला बसायचा.

संध्याकाळचं शेण काढून तो दारात चहासाठी येऊन बसला. ताबुतासारखी राहिलेली महादेवी आत गेली. चहाला आधण ठेवलं. स्वयंपाकघराच्या उंबऱ्यावर बसून. इकडचं-तिकडचं बोलू लागली. दासराम पायाच्या नखांकडं बघत उत्तरं देऊ लागला.

"सकाळधरन गाय हंबरतच हुती... पाणी दाखीवलं न्हाईस?"

"दावल हुतं की."

"मी पाणी दावल्यावर थोडं प्याली.'

"मी दावलं त्या वक्तालाबी प्याली हुती... वैरणीपायी वरडत असंल..."

"वैरण तशीच फुड्यात पडली हुती." चहाला उकळी आल्याचा वास आला नि महादेवी बोलता बोलता आत गेली.

...गाईला भूक लागलेली तिला ओळखत होती. अगदी जुनाट भूक. ती ह्या घरात आल्यापासन वर्षा-दोन वर्षांतनं नेहमी लागायची. दासराम मग तिला गावाबाहेर घेऊन जात होता.

अनेक मळ्यांचा शोध. तिथं धडपडून धडपडून खोंड दाखवून गाईचं मन थंड करून परत आणायचा... भूक शमवायचा. दिवस आपल्या स्वभावाप्रमाणं पुढं जायचे आणि पोट वाढायचं. निसर्ग पुढं सरकायचा नि वासरू जन्माला यायचं. दूध-दुभतं घरभर उदंड व्हायचं... दीड दोन वर्षांनी झोपलेली भूक पुन्हा जागी. गाय ती गाय, आदिमाय. तिचा नवरा तो शंकराचा नंदी. लिंगाजवळ तोंड करून बसलेला... रोज सकाळी गाईच्या पायांवर डोकं ठेवावं. तिला कपाळाचं कुंकू लावून पुजावी. अंगावरनं हात फिरीवता फिरीवता तीच होऊन जगावं. पवित्र... निर्मळ. आठ वासरं दिली. जंगच्या जंग. हातानं रंगरूप दिल्यागत काळं, पांढरं, वाघरं... गेल्या साली पवाराचा खोंड दाखिवला... त्येच्या गेल्या साली बाबराचा. आणि त्येच्या गेल्या साली? कुणी ध्येनात ठेवायचं? दूध-दुभतं गोकुळातानं आल्यागत येतंय तेवढ्यात संतोस.

दासराम दारामागच्या दिवळीतनं कानतुटका कप घेऊन चहा प्याला. धुण्यासाठी त्याला महादेवीनं वरनं पाणी घातलं. पाण्याचं शिंतोडं उडालं नव्हतं तरी पाणी ओतून तिनं पाय धुतलं नि मग घरात गेली.

"पाठीमागच्या दारातन परसात ये नि गाईचं तेवढं व्हय-न्हवं बघ." जाता जाता तिनं सांगितलं.

दासराम बाहेर जाऊन परसाच्या बाजूनं आत आला.

आकडी दुधाचा चहा पिऊन महादेवी आतल्या अंगानं परसात गेली. दासराम गाईच्या पुढ्यातली विसकटलेली वैरण पायानं एकत्र करून; तिच्या अंगावरनं हात फैरवत पाठीमागच्या बाजूला गेला. हिरव्या वैरणाला तिनं हुंगलंही नव्हतं. भूक वेगळी होती. महादेवी हळूच गाईच्या पाठीमागच्या बाजूला गेली. जाताना तिनं गाईचे एरवीचे करुण डोळे भूक लागून पेटलेले पाहिले.

दासरामानं पाठीमागच्या बाजूनं पाठीवर थाप मारली, तशी गाईनं शेपूट वर केली नि ती चर्रकरून कांबीगत पाठीत वाकली.

"खोंड दाखवाय पाहिजे." बराच वेळ न्याहाळून बघणारा दासराम बोलला.

"सकाळनं त्येच्याकडनं दोन रुपय मागून घे नि दाखवून आण उद्या... कुणाचा दाखीवणार?"

"बघायचा कुणाचा तरी. येळंसरी कोणचा तरी मिळाला म्हंजे झालं."

'......'

"जुना कासरा कुठं हाय? एखाद्या वक्ती भरकटून दावं तोडून जायची. एखादं जादा दावं लावू या सकाळपतोर."

"त्या खोलीत हाय बघ कासरा." ती तिथंच.

गाय शेपूट सारखी वर करून पाठीवर नेत होती. शेपूट गड्डयातनं सारखी सापागत वळवळत होती. गळ्याचं दावं तोडून टाकून. सैरभर उधळावं, कुरणात जाऊन गाईबैलांच्या खिल्लारात मागचे पाय उडवून उड्या माराव्यात... रिवरिवणारा शेपटीचा गड्डा लांब वेदना आत आत शिरून झिनझिनून जावा... तिचं ऊर एकाएकी फुटून आलं. अंगा- मांड्यातनं मुंग्या उठल्या. शिवलिंगासारखा घोटीव, काळाभोर दासराम पाठमोऱ्या खोलीकडं चालला. बोडकाच. पोती उचलून पोलादागत झालेले दंड. ओझ्यांच्या नेटानं मांड्यांचे फिरलेले पट. तो तसाच आत गेला.

...अचानक त्याच्यावर आग सांडल्यागत पाठीमागून मिठी पडली. गायगोठा, महादेवाचं देऊळ आणि उन्हात घातलेले सोवळ्याचे महावस्त्र यांच्या पलीकडची महादेवी त्याला ठाऊक नव्हती. तो वितळून लोखंडाच्या रसागत झाला. त्याला असली आग कधी ठाऊकच नव्हती. अरण्यागत तो पेटला. वेदनांतून वितळतानाही त्याला बरं वाटलं. अडगळीचं जुनाट दार पुढं सरकून खोलीत मागचं पुढचं न दिसणारा दाट दाट अंधार झाला.

...सोमवारचा सूर्य मावळला.

अडगळीच्या खोलीबाहेर, तो पिसाटागत आला नि गाईच्या पुढ्यात वैरण घालून पाणी गळलेल्या जागात रस्त्यावर बेफाटपणे नाहीसा झाला. महादेवी खोलीच्या बाहेर आली. अंधारात अंतराळी झालेले तिचे पाय उजेडात पुन्हा जमिनीवर टेकले नि तिची तिला ती दिसली. महादेवाच्या पिंडीसमोर पाठमोरा बसलेला. थंड नंदी तिनं पाहिला. घरात जाऊन तिनं कशालाही स्पर्श केला नाही. अंगावरची सारी वस्त्रं फेडून न्हाणीत भिजवली. न तापवताच कधी नाही ते थंड पाण्यानं आंघोळ केली... सोवळं नेसून ती सैपाकघरात गेली.

सोवळं अधिकच कडक झालं. सकाळी उठणं, पाणी तापविणं, प्रथम महादेवाची पिंड धुवून पूजा. त्याला बेल आणि चाफ्याची ताजी फुलं वाहणं. मग तुळशीची पूजा. कट्टयाभोवतीनं पिठाची रांगोळी. प्रदक्षिणा. स्वच्छ घासलेल्या भांड्यातनं सारवलेल्या चुलीवर स्वैपाक. ...बारा वाजले की शंख फुंकून तिवईवर प्रथम सोवळ्यात सोमय्याला जेवायला घालणं आणि नंतर आपण. गाईसाठी आठवणीनं काढून ठेवलेला घास. तिची प्रत्येक सोमवारी पूजा आणि त्याच वारी तिच्या हिरव्या शेणानं सगळ्या घराची भुई सारवून घेणं. त्याच्यावर आंघोळीची पावलं ठेवत ठेवत देव्हाऱ्यातली पूजा. हे कधी चुकलं नाही. सगळं संस्कारित मन. धुपासारखं ह्यात जळत होतं. शरीर ह्या

सगळ्यांच्या पलीकडं जाऊन फुलत होतं.

दम्यानं जेरीला आलेल्या सोमय्याचा व्यापार दुप्पट उत्साहानं वाढला... महादेवाचा चमत्कार झाला म्हणून त्यानं संभापूरच्या देवळाला पंचवीस पायऱ्या बांधल्या... दासराम रोज येत होता. दार लोटून, गोठ्यातलं शेण काढून, चहा पिऊन जात होता. आता महादेवी त्याला आंघोळीच्या अगोदरच चहा करून देत होती. मग आंघोळ. काही झालंच नाही असं वागत होती...दासरामही चौकाच्या आत पाय न ठेवता बाहेरच थांबायचा. बाहेरूनच परसात यायचा.

महादेवीच्या तोंडातनं पडल्यागत तिला मुलगा झाला. तिला किती बरं वाटलं. सोमय्याला धन्य धन्य झालं. कुठं तरी अमर झाल्याची उदंडता दोघांच्या चेहऱ्यावर उमलली... दासराम रोज जात होता, येत होता.

वर्ष गेली तरी त्याला तो अनुभव पुन्हा आलाच नाही. गटारीकडेला बसणाऱ्या महालिंगाला तासतासभर न्याहाळत तो दारासमोर बसत होता. त्याच्याशी गोष्टी करून दीसभराचे कष्ट विसरत होता. त्याची घाण त्यानं आईच्या मायेनं रोज रोज काढली. त्यानं मातीत खेळू नये म्हणून दार स्वच्छ लोटायचं आणि त्यावर शेणकला मारायचा.

चार-पाच वर्षांतच महादेवीचा विटाळ गेला नि तिचे केस हळूहळू राखी रंगाचे होऊ लागले. पुढं नऊ-दहा वर्षांनी सोमय्याचा दमा जास्त होऊन तो वारला. महादेवीवर सगळी जबाबदारी येऊन पडली. महालिंग दुकानात बसू लागला. उतरत गेलेले दासराम आपल्या घरात राबल्यागत दुकानात कष्टू लागला. वाड्याची राखण करू लागला. अठराव्या वर्षीच महालिंगाचं लग्न झालं नि महादेवीची सून घरात आली... आता तिचा संसार संपला. मुलाची पिढी वाढू लागली. मुलाला मुलं झाली तरी सकाळची आंघोळ, पूजा, विभूती यांत खंड नव्हता. तरी पहिल्या तळाच्या खाली कुठंतरी जळमटं राहिली होती. सारं आयुष्य त्याच तळमळीत राहिलं होतं. एक काळा धागा निर्मलाच्या डोईवर लोंबकळल्याचा भास तिला सारखा होत होता.

खोलीत नवा कोवळा टाहो फुटला नि ती तुळशी कट्ट्याखाली हलकी- फूल होऊन उभी राहिली. तिनं पुन्हा तीन प्रदक्षिणा काढल्या. महादेवाला अर्ध अर्ध फिरून झाली. नंदीच्या अंगावर जुनं झालेलं कपाळ टेकून क्षणभर त्याचा आधार घेतला नि उठली. तशीच परसदारातनं आत शिरली नि उगीचंच पुढच्या दारापर्यंत तिनं चक्कर टाकली.

...दासराम दगडाचा नंदी बसल्यागत वळचणीजवळ घटका मोजत बसला होता. सिद्धेश्वराला सांगायला महेश्वर त्याच्या समोरनंच पळाला.

"काय झालं गं?" लग्न होऊन नुकत्याच आलेल्या धाकट्या नातसुनेला म्हातारीनं विचारलं

"पोरगा."

...तरी तिचा चेहरा चिंताग्रस्त. गडद- गडद रात्र झाली नि वाडा त्या रात्रीत विरघळून गार होत विसावला. म्हातारी देवघरात ताडमाड उंच होऊन आभाळाएवढ्या सावलीत रातभर बसली... वेदनेसारखा मंद दिवा तिच्यासमोर ठणकत होता.

सकाळी उजाडलं. पुन्हा जिथल्या तिथं सगळं ताजं होऊन आल्यागत झालं. अंघोळ, पूजा, सोवळं आटपून देवघराच्या उंबऱ्यात ती बसली. पोराला अंघोळीला न्हाणीघरात नेताना तिनं पाहिलं.

अंघोळ झाल्यावर सगळ्या जन्माचं बळ एकवटून ती चटाकदिशी उठली नि हयातभर सांभाळलेलं सोवळं मोडून तिनं पारोशा कल्लवाच्या हाततनं फडक्यात गुंडाळलेल्या पोराला घेतलं. तुळशीसमोर उजेडात नेऊन डोळ्यांत सगळा जीव आणून ते दीर्घ दीर्घ उघडलं. त्याचं तोंड पाहिलं. आणि तिच्या चिंताग्रस्त चेहऱ्याच्या शेकडो सुरकुत्यांतनं अडखळत अडखळत किती तरी वर्षं नाहीसं झालेलं हसू क्षणभर बाहेर आलं.. .चेहरा अगदी सिद्धेश्वराच्या चेहऱ्यासारखा दिसला... पहिला नातू जन्मला. त्या वेळी तिला असाच लेकाचा चिमुकला चेहरा त्याच्यात दिसला होता... बाबा म्हदेवा, चोवीस तास तुझी आता सोवळ्यानं सेवा करीन. काशीला न्हायला हाडं मोकळी कर रंऽऽ बाबा आता.

◆

चितपट

वाट बघून चूल विझून गेली. निखारलेलं खांड पत्ता नाही ते राख वाढवत हळूहळू स्वतःच राख झालं. घर जास्तच सुनं वाटू लागलं. मोठं मोठं तीन सोपं. पहिल्या सोप्यात पॉलिश केलेल्या चार सागवानी खुर्च्या, लाकडी नक्षीचा पलंग. त्याच्यावर जोडीजोडीनं उशा टाकलेल्या. मध्ये स्वयंपाकघर. पाठीमागच्या सोप्यात न्हाणी. शिवाय पाठीमागं भलंमोठं परडं. त्या परड्यात बारमाही भाजी. आता तर पावसाळा. दोडकीच्या वेलानं पिवळी हडूळ फुलं धरलेली. ऊन पडलं की भेंड्या कोवळेपणानं तकाकणाऱ्या. पलीकडच्या बाजूला दिडकीच्या टोच्यांना शेंगाची तोरणं लोंबणारी...या लेकुरवाळ्या परसात मन रमून जायचं. पाणी घालत, पिकली पानं खुडत, बुडातलं तण उपटत तिचे हात गुंगून जात होते. मन मात्र कुठंतरी कोमेजलेलं. उपटून टाकलेल्या तणागत सुकलेलं...

समोरच्या सोप्यात दाराजवळ टांगलेला पोपट अधनंमधनं करमणूक करत होता. दारातल्या पेरवीचे पेरू त्याला आयते चिरून मिळत होते. तरी तो पिंजऱ्यात बसून कधीकधी कंटाळायचा. एके काळी मोकळ्या रानात पोराबाळांसह जोडीनं संसार केल्याच्या आठवणी त्याला होत असाव्यात. मुक्त हवेतल्या भराऱ्या, जोडीदाराची झोपेसाठी ऊब त्याला आठवत असावी. ते सुख मिळत नव्हतं. पण सरू त्याला खूप चवीचवीची फळं घालायची...

तिच्याही मनात त्याच्यासारखीच एक पोकळी घर करून होती. वाढत वाढत आभाळाच्या घुमटाएवढी झाली होती.

घरातल्या घरात तिनं मागं-पुढं तीन खेपा घातल्या. पिंजरा हलवला. पोपटानं इच्छा नसताना गिरकी घेतली. परड्यातली दोडकी अपराध्यागत गप्प बसलेली. हळूच तिनं घड्याळात बघितलं. काटा तीनवर जाऊ बघत होता. दुपार उलटायला आलेली. घड्याळही गुमानच फिरणारं.

'बाबा आला, बाबा आला', म्हणून पोपटानं कलकलाट केला.

ती चटकन उठली. दारात आली. दत्तू अंगणाचं दार लावून येत होता. तिचं

मन हलकं होत गेलं.

"उशीर केलासा?"

"झाला थोडा... वाढ चल."

आत गेली.

तो फारसं बोलला नाही. पायातलं लाल गोड्यांचं कोल्हापुरी पायताण काढलं. त्याला साजेशीच धीमी चाल. तसाच पोसलेला सावळा देह... आता पैलवानी पीळ जाऊन सैलसर होत चालला होता. कंटाळल्यागत झालेला.

हात-पाय धुऊन त्यानं चूळ भरली. पण आत जाता जाता हाताचं पाणी त्यानं पोपटावर शिंपडलं नाही. पोपट त्याच्याकडे नाराज होऊन बघू लागला. त्यानं हातांत शिसं ओतल्यागत हळूहळू टॉवेलनं पाय पुसले. सरू आतल्या दारातनं त्याच्याकडे बघत चौकटीला टेकून उभी होती. "काय केलंईस आज?" असं त्यानं आज तिला विचारलंच नाही.

"चल, वाढ चल बघू."

ती चौकटीतनं आत सरकली. तिला काही तरी जाणवत गेलं... कदाचित उशीर झाला असंल म्हणून.

"तू जेवलीस?" त्यानं हे आज वेगळंच विचारलं.

"न्हाई."

"उशीर झाला तर जेवून घेत जा की तुझी तू "

"हूं."

तीही त्याच्याबरोबर जेवायला बसली. खूप उशीर झालेला. तिनं जेवून घ्यायला पाहिजे होतं. उपाशी पोटानं किती वाट बघायची? पण गेली अकरा वर्षं ती अशीच वाट बघत होती. एकटं जेवताना जुनाट भूत आपली खाद खात बसल्यागत तिला वाटायचं. घास गिळताना तिच्या तोंडाला कोरड पडली. किती चावला तरी घास कोरडाच. पहिल्याच घासाला पाणी पिऊन तिनं तो पोटात सारला.

जेवण झाल्यावर तोंड पुसत तो बाहेर पलंगावर येऊन बसला. तिनं आतलं सगळं आवरलं. बाहेर आली. त्यानं पितळी डब्यातलं पान चोळामोळा करून खाल्लं.

"उठतो मी आता... आधीच उशीर झालाय."

"का?"

"झाला असाच."

"सांजचं कवासं येणार?"

"येतो की आठ वाजता"

तो उठून गडबडीनं चाललाही. ती पिंजऱ्याजवळ उभी राहून बघत राहिली.

लगबगीनं तो चालला होता. कायमची पाठ फिरविल्यागत पुढं बघून जाणं. असं का झालं, तिला कळलंच नाही.

चार वाजले होते. घड्याळ तसंच आतल्या आत फिरत होतं. ती पाठीमागं फिरली नि पोपटानं ''आई, आई'' करून तिला हाक मारली. तिला 'आई' म्हणणारा तेवढाच. त्याला तिनं शिकवलं होतं. शिकवलं नसतं तर तो तसं म्हणाला नसता; फक्त पेरू खात पिंजऱ्यात बसला असता. दत्तू गेल्यावर पुन्हा घर एकदम पोखरलेल्या बोगद्यागत पोकळ झालं. एकलेपणा जास्त खायाला उठला.

नव्यानं घर थाटलं तेव्हा या एकलेपणातच राज्य भोगायला मिळालं. लग्न झालं तरी दत्तूनं तीन-चार कुस्त्या केल्या. महाराजांची दोन-तीन वेळा पाठीवर थाप मिळविली. सरूनंही नटूनथटून नथ घालून त्याला प्रत्येक कुस्तीच्या वेळी दारात ओवाळलं. त्याचं ऊर जास्तच भरून यायचं...त्या उरावर रात्रभर ती राजवाड्यात विसावल्यागत पडून राहायची. त्याला वाटायचं, प्रत्येक वेळी मारुतरायाच आपल्याला प्रसन्न होतोय. त्याच्याच कृपेनं चांदीची गदा मिळाली. काचेच्या कपाटात खंडेनवमीला पुजलेल्या शस्त्रागत ती ठेवली होती... तांड बैलागत असलेल्या किती तरी पैलवानांना त्यानं गुडघाही न टेकता आभाळ दाखविलं होतं. त्याच्या मर्दानी ताकदीची ती चकचकीत चंदेरी खूण... सगळी बजरंगाची करणी.

त्याचा शनिवार कधीही चुकला नाही. लग्न झालं तरी शुक्रवारी रात्री तो मारुतीचं व्रत पाळायचा. शनिवारी पहाटे आंघोळ करून पहिल्यांदा देवळात जाऊन तेल घालून यायचा... मूर्तीला पोटात घालून घ्यावं इतकी त्याची भक्ती.

पण चार वर्षं झाली तरी सरूला फूल धरेना. ती काळवंडत चालल्यागत दिसू लागली. मग त्याला कुणी तरी सांगितलं.

''कुस्ती सोडून दे.''

''कशापायी?''

''जोर बैठकांनी काम जिरून जातो.''

''काय सांगतोस?''

''आई शप्पत! मन झाल्यावर ईस पंचवीस जोर बैठका काढून बघ. लांग न्हाई सपाट झाली तर नाव बदलून ठेवीन.''

खरंखोटं त्याला कधीच कळलं नाही. त्यानं एक वर्षासाठी कुस्ती सोडली. त्याच्या बापईपणाला ते दुसरं आव्हान होतं.

दोनाला चार म्हसरं घेतली नि दुधाचा धंदा सुरू केला. नामुष्कीचा धंदा; तरी करावा लागला.

हळूहळू कुस्ती सुटली. त्यानंतर तीन वर्षं झाली तरी तिसरं कुणी घरात आलं नाही. खुंट्याच्या दाव्यागत धंदा मात्र भोवतीनं गुंडाळून बसला. सुटका नाही... जीव

भोवऱ्यागत अडकल्यागत झाला.

"कट्टाळा आला ह्या धंद्याचा."

"मग दुसरं काय करणार?"

ती हासली. "तुम्हाला आता नोकरी कोण देणार? काय गाडी वडायचं काम तरी मिळणार हाय?"

"म्हाराजांची जाऊन गाठ घेतो."

"आणि?"

"आणि बघतो एखादी नोकरी मिळती काय!"

एका शुक्रवारी सरळ नगारखान्याच्या खाली जाऊन बसला. संध्याकाळी महाराज अंबाबाईला जाण्यासाठी बाहेर पडताना गाडीच्या आडवं झाला.

"मी दत्तू साळुंके."

"कुस्त्या करत होतास ना तू?"

"व्हय जी. पर सोडली आता."

"का रे?"

त्यानं खाली मुंडी घातली. "लगीनं झालं. सा- सात सालं झाली."

"हाऽट लेका! मग आता कशाला आलास? बायकोबरोबर बस की कुस्ती करत."

"एखादी नोकरी असंल तर..."

"तू रे काय करणार नोकरी?"

"कनचंबी काम करतो."

"पुढच्या शुक्रवारी आमच्या कारभाऱ्याची गाठ घे."

"व्हय जी."

प्राणिसंग्रहालयाच्या बागेवर त्याला काम मिळालं.

त्यानंतर आणखी दोन वर्षं गेली. मग महाराजांच्या नेमणुकीतल्या डॉक्टरांनी नवरा-बायको दोघांनाही तपासलं. त्याचं काळीज खापलल्यागत झालं... दोष त्याच्यातच होता.

"आता काय करायचं, डाक्टरसाब?"

"औषध चालू करू या. हळूहळू सुधारणा होईल. निराश होण्याचं काही कारण नाही."

डॉक्टरी आशावाद.

ती बाहेर तशीच त्याची वाट बघत बसलेली.

"काय सांगितलं डॉक्टरांनी?"

"सावकाशीनं मूल हुईल, म्हणालं."

"माझ्यात काय कमी हाय?" ती.

"कुणातच काय कमी न्हाई.... पर औशीदं घ्यायला पाहिजेत. हळूहळू हुईल मूल." त्याचा आवाज खोल खोल जात होता. खरं बोलायचा त्याला धीर झाला नाही.

औषधाच्या बाटल्या घरात येऊ लागल्या. घर उदास होत चाललेलं. मग तिच्या करमणुकीसाठी पोपट घरात आला. परड्यात माळवं फुलू लागलं. आतनं घर सजू लागलं. चुलीच्याऐवजी गॅस आला. पलंग, खुर्च्या, घड्याळ आलं. कपाटं आली. पितळेचा छानदार पिंजरा आला. तो तिला लहान मुलागत जपू लागला. आवडीची खेळणी मुलाच्या रंजनासाठी आणावी तशा तो घरादारात प्रपंच-वस्तू आणू लागला. तेवढं त्याच्या हाती नक्की होतं. 'खा- पी आणि निर्धास्त राहा. बाकीचं देवाच्या हातात हाय.' म्हणून तिला सांगू लागला... देव्हारा सजवून दिला. पितळी मारुतीची मूर्ती घरात आली... देव्हाऱ्यासमोर तीही दोन- दोन तास रमू लागली.

तिला जपता जपता तो आत आत पोखरत होता. शरीरही दारातल्या दगडी पायरीगत झिजत चाललं होतं. अधनंमधनं पोटात भीतीचा गोळा उठणारा... उरलेला सारा जन्म पुरुष म्हणून काढायचा होता. कठीण वाटत होतं. मनोमन त्यानं आशा सोडली होती.

दिवसभर राजबागेत काम. राघू, मैना, हरणं, वाघ, माकडं, मोर, निरनिराळ्या मुलखांची पाखरं एका जागी आणलेली. त्यांची देखभाल करायची. नोकरीत मन रमत होतं, पण घराकडं आल्यावर उदास होत होतं.

रात्री आठ वाजता तो घरी आला. न बोलताच जेवला. सरूनं जेवण आटोपलं. त्याचं जेवण झाल्यावर तिनं लगेच आवराआवर केली. बाहेर त्याच्याबरोबर जाऊन बसली. विडा करून त्याच्या हातात दिला नि आपण डब्यातली बडीशेप खाल्ली.

"सकाळी उशीर का झाला?"

"म्हाराज बागंवर आलं हुतं."

"तुम्हासनी काय बोललं बिललं?"

"न्हाई."

"मग काय झालं?"

"आँ?"

"...तुमचं बोलण्याकडं ध्यानच न्हाई. आज काय झालं एवढं?" ती त्याच्याजवळ सरकली.

"म्हाराजांनी मोतीरामाला गोळी घालायचा हुकूम केलाय."

“कवा?”

“सोमवारी. ”

“कशापायी?”.... तिच्या मनात धसकलं.

“परवादिशीपासनं त्यो लईच खवळल्यागत कराय लागलाय. सकाळी त्येचा त्येनंच आपला हात चावून घेतला.”

“मग आता काय करायचं?”

“मलाबी वळख दावत न्हाई.”

“एकट्या जीवांना चैन पडत नसंल. ”

“काय हुतंय कुणाला दखल?.... दोन दीस उरल्यात. तेरवा त्येला गोळी घालायची. लेकरागत मी त्येला वाढीवलं हुतं. त्येला आता डोळ्यादेखत गोळी घालायची.” तो बेचैन होऊन बोलत होता.

मांजर खुडबुडलं म्हणून ती आत गेली. तो भिंतीवर टांगलेल्या आरशाकडं बघू लागला... आरशाच्या आत पिंजरा. त्याच्या आत गरीब डोळ्यांचा मोतीराम... परदेशी माकड. लालसर गोरापान चेहरा. बसायचं बूडही तसंच गाजरागत लालेलाल. डोळे घारट रंगावर. मानेजवळच्या केसांचं वैभव चक्क सोनेरी उन्हात चकाकणारं. भुरूभुरू उडणारं मऊशार... पंजाबी पैलवानागत रूप. तसाच दणकटपणा.

दत्तूचा जीव त्याच्यावर जडलेला. आणल्यावर पाच-सहा महिन्यांतच माकडीण मेलेली. हा ‘एकटा जीव’ झालेला. दत्तूनं मोकळ्या वेळात त्याला हळूहळू बाहेर काढून खूप शिकवलं होतं. उलट्यासुलट्या अनेक उड्या तो मारत होता. सांगितल्यावर बारीकसारीक वस्तू आणून देत होता. बादली ओढत नेऊन नळाखाली लावायचा. चावी सुरू करायचा. ‘बंद कर’ म्हटलं की बंद करायचा. गमतीला आला म्हणजे दत्तूबरोबर दंगामस्ती चाले. दिवसभर दत्तूबरोबर हिंडणं. लांबलचक साखळी फक्त गळ्याला लावलेली असे... दत्तूची उदासता त्याच्या संगतीत निघून जाणारी.

माकडीण मेल्यावर दोन-अडीच वर्षं ठीक होतं. नंतर तो अधनंमधनं चिडू लागला. पिंजऱ्यातनं गाजरं, शेंगा बाहेर फेकू लागला. प्रथम महाराजांनी दुसऱ्या माकडांच्या संगतीत ठेवायला सांगितलं; पण एकही दिवस सरळ जाईना. तीन-चार माकडं त्याच्या दणक्यांत जखमी झाली. शेवटी त्याला एकट्याला ठेवावं लागलं. चार महिने दत्तूनंही त्याला बाहेर काढलं नाही... मोतीराम त्याच्याकडं परक्यागत बघू लागला. रागानं कान मागं सारून उग्रपणे गुरगुरून त्याच्याकडं पाहू लागला. अंगावरनं हातसुद्धा फिरवू द्यायला तयार नाही.

सरू दूध शिंक्यावर ठेवून बाहेर आली. दतूचा जीव मोतीरामवर जडलेला तिला ठाऊक होतं. लहान पोराचं कौतुक सांगावं तसं अनेकदा त्यानं त्याचं कौतुक केलं होतं. तिनंही ते ऐकलं होतं. त्या भरात आपल्या पोपटाचंही कौतुक तिनं केलं होतं...

दोघांचाही लळा बाहेरच्या जीवमात्रात पसरत चाललेला.

"त्येला हिकडं आणावा." थोडा वेळ थांबून ती बोलली.

"माझ्या मनात तेच आलं हुतं... पर वाटतंय एखाद्या वक्ताला तुलाबी दगाफटका करायचा. पिसाळलेलं जनावर चावलं तर ईखबाधा हुती माणसाला... एक करता बेक निस्तरावं लागायचं. "

"मी कशाला जाऊ त्येच्याजवळ? ते चांगलं झालं तर मग बघायला येईल. आणा त्येला. त्येच्या नशिबात असंल तसं हुईल..."

रात्र तशीच बेचैनीत गेली. दुसरे दिवशी शनिवार होता. सकाळी उठून त्यानं ऊन पाण्यानं आंघोळ केली. घरातल्या देवांची पूजा करून मारुतीच्या देवळाला गेला... 'मारुतराया, मोतीरामाच्या रूपानं माझ्या घरात यायचं असंल तर ये बाबा. माझ्या परीनं मी तुझी सेवा करीन. आता तूच माझा बाप आणि तूच माझं लेकरू.'

अंगारा लावून सरळ राजवाड्यावर गेला.

सोमवारी रात्री मोतीरामाला कोयंडी लावून घराकडं आणलं. दोघातिघांनी कोयंडीच्या आधारानं मोठी साखळी लावली. कोयंडी आणि साखळी दोन्हीसकट पेरवीला बांधला.

सरूची ओळख हळूहळू वाढली. गाजरं, शेंगा, काकड्या, फळं लांबूनच त्याला देऊ लागली. पोपटाचीही त्याच्याबरोबर चंगळ होत होती. सकाळी, दुपारी, रात्री दत्तू घरात असला की त्याचं होय नव्हं बघू लागला.

बागेच्या मोकळ्या हवेत वर्षभरात तो पुन्हा पूर्वीसारखा वागू लागला. महाराजांनी दत्तूला बक्षीस देऊन टाकला. दत्तूच्या मायाळू मनाचं कौतुक करून त्यांनी त्याचा पगारही वाढवून दिला. मोतीरामाच्या संगतीत सरूचे दिवस आनंदात जाऊ लागले. दत्तू त्याला सकाळी सकाळी तासभर मोकळा सोडत असे, तेव्हा तो पेरवीच्या झाडावर जाऊन बसत असे. मनात आलं तर पेरू खात असे. उतरत असे, पुन्हा चढत असे. उड्या मारत असे. सरूला त्याचं ते रूप बघून बरं वाटे. क्वचित तिचं मन कुठंतरी दूर निघून जायचं.

वर्षभरानं सरूनं एक हसरी बातमी दत्तूला सांगितली... तिचं पाणी होऊन जावं अशी तिला दत्तूनं मिठी मारली.

"काय सांगतीस! "

"खरंच दोन म्हैनं झालं; अंगावरचं गेलं न्हाई... पोटात सारखं मळमळल्यागत हुतंय."

दत्तूला त्या दिवशी रात्री साऱ्या जन्माची गाढ झोप लागली... मारुतिरायाची करणी!

दोघांनीही दमानं, धीरानं घ्यायचं ठरवलं. कुठंही गाजावाजा करायचा नाही, तूर्त

कुणालाही सांगायचं नाही, असा निर्णय घेतला... देवाच्या मनात काय काय हाय, कुणाला ठावं; म्हणून मूकपणानं दान स्वीकारायचं ठरवलं.

धुण्या-भांड्यासाठी बाई ठेवली. फुलं जपावीत तसा तो सरूला जपू लागला. दिवस तृप्त मनानं जाताना अंगणात पोपट नि बागेत मोतीराम नाचू लागले.

दिवस चालले होते.

ती दिसात पडायच्या अगोदरपासनंच घरात तयारी सुरू झाली... लोखंडी पट्ट्यांचा पलंग बाजारातनं आणला. सरूनं लहानशी दोन ऊबदार पांघरुणं खरेदी केली. दीसभर बसून ती दुपटी तयार करू लागली. तेल-तिखट, सुंठ-वेखंडापर्यंत तिनं वस्तू आणून ठेवल्या. बाजारातनं मणी आणि काचेच्या बारीक, रंगीत फुंगण्या तिनं पूर्वीच आणून ठेवल्या होत्या. तोरण करायचा तिचा बेत रद्द झाला होता. आता ती त्याचं पाळण्यावर बांधण्यासाठी छोटंसं झुंबर बनवणार होती. पोपट तिला ' आई, आई' म्हणत होता; पण त्याच्याकडं तिचं पूर्वीसारखं लक्ष नव्हतं; काहीसं कमी झाल्यागत वाटत होतं. मोतीराम माणसाळला होता तरी गळ्यातल्या कायम गुंतलेल्या साखळीतनं मोकळं कसं व्हायचं, हे त्याला कळत नव्हतं. निराश होऊन तो पेरवीच्या खेलकाटात बसत होता.

अचानक पहाटेच दत्तूला सरून उठविलं. पोटात कळा करत होत्या. तो गडबडूनच गेला.

"भांडीवाली बाई यायला अजून वकूत हाय." तो म्हणाला.

"घाबरून जाऊ नका."

"न्हाई. मी काय करू ते सांग. "

"बत्ती गल्लीच्या रत्ना माळकरणीला बलवून आणा जावा."

"आणि तू हितं एकटीच?"

"मला काय हुईत न्हाई. तुम्ही जाऊन या."

तो जायला निघाला.

"लौकर या."

"लगीच जाऊन येतो."

सकाळी आठ वाजले तरी कळा थांबत नव्हत्या आणि तीही मोकळी होत नव्हती. रत्नानं कधीच हात टेकले होते. डॉक्टर आणि नर्स येऊन अर्धा तास झाला होता. दत्तूच्या डोक्यावरचं प्रचंड शिळेचं ओझं वाढतच होतं. मन आभाळानं ओढल्यागत ताणत होतं. सोप्यातनं तो येरझाऱ्या घालत होता.

पिंजऱ्यातला पोपट आईला हाका मारत होता. पण अजूनही पिंजरा स्वच्छ होत नव्हता. मोतीराम झाडाखाली एकटाच बसलेला. रस्त्यानं जाणायेणाऱ्या माणसांकडे बघत जिवाला विरंगुळा मिळतो का पाहत होता.

सकाळ होती तरी दत्तूला कोंडल्यागत झालं होतं. अंगातनं बारीक घाम येऊन अंग गार पडत होतं. त्यानं घड्याळाला विनाकारण काढून साफ केलं.

आत आँ करून क्षणभर आवाज आल्यासारखं वाटलं. दत्तू झाकलेल्या दाराजवळ गेला.

...आत सरू कण्हत होती. डॉक्टर- नर्स गडबडीनं काहीतरी बोलत होते. रत्ना बाजूला उभी असावी... दत्तू ऐकत होता. क्षणभर थांबून तो मोठ्यानं उगीचच खाकरला. रत्ना दार न उघडताच दाराजवळ आली नि आतनंच बोलली.

''मोकळी झाली रं!''

त्याचा दीर्घ श्वास बाहेर सुटला. गडबडीनं तो अंगणात चालला नि पिंजरा त्याच्या डोक्याला थडकला. पोपटाचा अचानक तोल गेला आणि तो कलकलला. त्यानं त्याला हळूच थांबवलं नि तो पायरी उतरून आला. उगवून कधीच वर आलेल्या सूर्यनारायणाला हात जोडले. मोतीराम झाडाखाली बसून त्याच्या त्या करणीकडं मोकळया डोळ्यांनी बघत होता. दत्तूनं त्याला एक गाजर नेऊन दिलं... जय मारुतराया! तो स्वतःशीच पुटपुटला.

दार उघडलं गेलं नि डॉक्टर- नर्स बाहेर आले.

''सगळं ठीकच म्हणायचं... औषध न्यायला थोड्या वेळानं दवाखान्यावर या.'' डॉक्टर घामाघूम होऊन गेले होते. त्यांच्या कपाळावर भिजलेल्या आडव्या रेषा उमटल्या होत्या.

दत्तूचा चेहरा प्रश्नांकित झाला.

''मूल वाचलं नाही. ॲबनॉर्मल होतं.''नर्स बोलली.

डॉक्टरांनी घराच्या बाहेर पाऊल टाकलंही. नर्स मागोमाग तुरूतुरू गेली.

गडबड संपली नि घराचा प्रचंड पिंजरा झाला... .एक झुळूक झाड हलवून निघून गेली. त्यातल्या त्यात एक दिलासा... बाईपण तरी फळाला आलं.

रत्ना खोलीत आवराआवर करत होती. ती परड्यात पाणी आणायला गेली. त्यानं खोलीच्या फिकट अंधारात पाऊल घातलं.

हळूच खोपड्यातली तांबडी डागळलेली फडक्याची मोटकुळी उलगडून खिडकीजवळ नेऊन बघितली... त्याच्या डोक्यावर सगळं घर घणागत आदळलं. थोरल्या मुठीएवढं मूल. सुरकुतलेली त्वचा आणि हात पाय मात्र लांबलचक. जिवणी किंचित पुढे आलेली. थंडगार पडलेला काळसर गोळा... कुणासारखं दिसतंय हे! धड माझ्यागत बी न्हाई नि तिच्यागतबी न्हाई.

तो तसाच खांबाशेजारी खांब होऊन उभा राहिला. त्याच्या मनाला अंधारातनं वळवळत जाणाऱ्या संशयानं नकळत दंश केला. दातांवर दात गाडले गेले. रक्त दणदण तापत गेलं. छाती फुटती की काय, असं वाटू लागलं. थरथरत्या हाताची

मोटकुळी करून तो सरू निपचित पडली होती तिकडं वळला.

रत्ना म्हातारी परड्यातनं आत आली.

"हे काय! असाच बाहीरच्या पारोशा पायानं आत येऊ नको. बाहीर हो बघू आधी. पैलं पाय धुऊन घे. चुलीवर हंडा भरून पाणी ठेव तापायला. घरात कुणीतरी बाई-माणूस पाव्हणं म्हणून तर बोलवून घ्यायचं नाही का?"

"पुढच्या म्हैन्यात बलावून घ्यायाचा इचार हुता. ती 'आत्ताच नगं' म्हणाली. मधीच असं काय हुईल ह्येची कल्पना कुणालाच नव्हती."

"बाळंतीण वाचली, हे नशीब समज. अदुगर अंघोळ कर नि देवाला पूज. हुतं कवा कवा असं. ते काय आपल्या हातात असतंय?" रत्ना भुई साफ करत बोलत होती. "जा; कामाला लाग."

त्यानं परड्यातल्या चुलीवर पाणी तापवत ठेवलं. स्वतः थंड पाण्यानं आघोळ करण्यासाठी न्हाणीघरात गेला. भडाभडा अंगावर पाणी ओतून घेऊ लागला.

रत्नानं खोली साफ केली. सरूला विचारून तिला चहा करून दिला.

दत्तूची अंघोळ आणि देवपूजा झाल्यावर त्याला डॉक्टरांकडे पिटाळला.

रस्त्यानं जाताना नको नको ते विचार त्याच्या डोक्यात थैमान घालत होते. मनातली भुतं मानगुटीवर येऊन बसत होती... एका क्षणी औषधांचा परिणाम होऊन आपल्याला मूल झालं, असं वाटत होतं. मात्र मूल पाहिल्यावर ते आपलं नव्हेच अशी त्याची धारणा झाली. आपल्याला मूलच होणार नाही, आडातच नाही तर औषधांनी पोहऱ्यात येणार कुठून, असंही मन म्हणत होतं... सरूनं आपण औषधं घेतोय ही संधी साधून आपल्याकडं येणाऱ्या आपल्या दोस्तांपैकी कुणाला तरी जवळ केलं असावं, संधीचा फायदा घेतला असावा... आपण दीसभर घरात असतोच कुठं? संशयाचा विंचू मनाला अधूनमधून झोंबत होता.

गरगरत्या मनानं तो डॉक्टरांपाशी जाऊन पोचला.

डॉक्टरांनी औषधं लिहून दिली. ती कशी द्यायची हे सविस्तर सांगितलं. पुन्हा भेटण्याची तारीख सांगितली.

शांतपणे तो तिथून बाहेर पडला... मनातली मळमळ काढून टाकण्यासाठी नर्सकडे गेला. तिला बाजूला घेऊन त्यानं अनेक प्रश्न विचारले.

नर्सनं शांतपणे समजून सांगितलं; "असं होतं कधीकधी. औषधोपचार चालू असताना अशी वेडीवाकडी मुलं जन्माला येऊ शकतात. ती कशीही असू शकतात. डॉक्टरांनी तुम्हाला पुन्हा यायला सांगितलंय ना?- त्या वेळी कदाचित ते पुन्हा तुमचीही तपासणी करतील. त्यानंतर औषधं कोणती, किती द्यायची ते ठरेल. तुम्ही चिंता करू नका. डॉक्टर आपल्या परीनं प्रयत्न करतील. थोडं परमेश्वर, निसर्ग नशीब यांच्याही हातात असतं, असं का मनाशी मानत नाही?"

ऐकून घेऊन तो बाहेर पडला.

स्वतःच्या पुरुषत्वावरचा त्याचा विश्वास उडाल्यागत झाला होता. आतडी हरवल्यागत पोटात खड्डा पडला होता.

औषधं खरेदी करून, पुन्हा ती डॉक्टरांना दाखवली. नंतर तो घरी परत आला.

सरू कण्हत होती. तो आल्यावर अपार थकलेल्या डोळ्यांनी त्याच्याकडं पाहू लागली...जणू त्यानं दिलेली अत्यंत मौल्यवान ठेव आपल्या हतभागी हातांनी हरवली गेली, अशा नजरेनं ती त्याच्या चेहऱ्याकडं बघू लागली... दुसरा जन्म घेतल्यावरचं ते पाहणं. डोळ्यांनी भेटणं. असहाय आणि केविलवाणं...तृप्तीनं भरलेलं पोट एकदम खपाटीला गेल्यागत झालं होतं. कितीतरी वर्षांचं उपाशी उपाशी. आता कसं आणि कुणी भरायचं?

हातापायांच्या शिरा तोडल्यागत तो ढिला ढिला झाला होता. शरीरातलं बळ कुठं गेलं होतं याचा त्याला पत्ता लागेना. थरथरता हात त्यानं तिच्या चेहऱ्यावरून फिरवला. आणलेली औषधं कशी कशी घ्यायची ते तिला समजून सांगितलं.

तिच्याशेजारी पलंगावर बसून तो बोलत होता. बोलताबोलता त्यानं समोरच्या भिंतीवरच्या आरशात सहज बघितलं.. त्यात एक माकड बसलेलं त्याला दिसत होतं. दत्तूचेच कपडे त्याच्या अंगावर होते. कपाटातली गदा त्याच्या हातात असलेली. पण ती त्याच्या खांद्यावर त्यालाच झेपेनाशी झालेली...

त्याला आरशावर भुंकावंसं वाटू लागलं, पण तो तिथून उठला. बाहेरच्या सोप्यात जाऊन बसला. 'आतापतोर कैक कुस्त्या मारल्या. पर मलाच माकडागत चितपट करणारी ही कुस्ती कशी जिंकायची?' तो स्वतःशीच उद्गारला.

पिंजऱ्यातला पोपट अपेक्षेनं त्याच्याकडं बघून मधूनच आवाज काढत होता. दत्तूचं लक्ष पिंजऱ्याकडं गेलं. बघता बघता त्याला जाणवलं की आज सकाळपासनं पिंजऱ्याकडं आणि मोतीरामकडंही कुणाचं ध्यान नाही.

तो उठला नि त्यानं पिंजरा परड्यात नेऊन धुऊन आणला. घटकाभर दारातल्या उन्हात ठेवला. कोरडा झाल्यावर पुन्हा जागच्या जागी लटकवला.

आत जाऊन भुईमुगाच्या चारपाच ओल्या शेंगा आणल्या. त्याच्या पिंजऱ्यात टाकल्या. पोपट आनंदानं डुलत-बोलत दांडीवरनं उतरला नि पायांत धरून शेंग टोकरू लागला.

दत्तूनं आत जाऊन पुन्हा मूठभर शेंगा आणल्या नि तो अंगणात पेरवीकडं जाण्यासाठी आला.

...सकाळधरनं कुणाचंच कसं ध्यान न्हाई?...कुणाचं असणार? ही अशी, पोटचा गोळा गमावून बसलेली. मी असा बाहीरच्या बाहीर. बघणार कोण?

दत्तूला बघून पेरवीच्या खेलात वाट बघत बसलेल्या मोतीरामनं झटक्यासरशी

खाली उडी मारली. आनंदानं जमिनीवर दोन-तीन उलटसुलट उड्या मारल्या नि त्याचं स्वागत केलं.

...दोन्ही जीवास्नी उपास घडला. भुकेली असली तरी मुकी लेकरं ही. कुणाला नि कसं सांगणार? आपूणच त्येंची मनं वळखली पाहिजेत नि आपूणच त्येचं आईबापबी झालं पाहिजे...

दत्तू मोतीरामजवळ गेला. शेंगांनी भरलेला खोंगा त्यानं त्याच्यापुढं केला! मोतीराम पटापट शेंगा फोडून खाऊ लागला.

...गरीब डोळ्यांत तृप्ती दिसत चालली.

दत्तूचं मनही थंड होत चाललं होतं... आभाळात उडणाऱ्या एकएका पाखराच्या नशिबात पिंजराबी असतो नि झाडावर उड्या मारणाऱ्या मोकळ्या जिवाच्या गळ्यात, कधीकधी साखळीबी येती. सटवीच्या खेळात असं कुणीकुणी चितपट हुतं; त्या खेळाचे डाव कुणाला कळणार?

■

पोरकं घर

महादेवाला घेऊन तो आला. दार उघडलं. अंधारात अंदाजानं काडी ओढली नि चिमणी लावली. दिवा एकटाच तडफडल्यागत भगभगू लागला. त्याला कंदील लावावासं वाटलं. उठून त्यानं कंदील घेतला नि स्वच्छ पुसून लावला. कधी नाही तो चकचकीत उजेड पडला नि सगळं घर त्यात उजळून निघालं. आज त्याला 'याद्या करायला या' म्हणून सांगावा आला होता. उद्या सकाळी उठून एस.टी.नं जायचं त्यानं नक्की केलं होतं.

जेवण झाल्यावर कंदील मधल्या चौकटीच्या उंबऱ्यावर ठेवून वाकळ-घोंगडं आंथरलं. त्यावर निर्मळ मनानं पडला. घटकाभरात महादेव त्याच्याजवळ गाढ झोपी गेला.

विचार करता करता नजर सर्व घरभर फिरू लागली नि त्याचं मन विनाकारण भरून येऊ लागलं... घरातली चूल, भांडी, भाताचं एक पोतं, अडदणीवरची धडोती, पाण्याचा हंडा, दिवळीत विझवून ठेवलेला दिवा, सगळं स्वयंपाकघरच त्याच्याकडं डोळं चित्रागत करून बघू लागलं. स्वयंपाकघराच्या चौकटीत कोणतरी अवघडलेलं पोट घेऊन उभं असल्याचा भास त्याला झाला... बारीक, एकशेवडी, उजळ, गोरं अंग, काखेत रसरशीत अंगाचा महादेव... धनी, हे सगळं कुणाचं? मी ह्या घराची मालकीण न्हवं? उपाशी ऱ्हाऊन, रातध्याड गावाची कष्ट उपसून ह्यो संसार मी उभा केला, पाण्याचा हंडा माझ्या रोजगाराच्या पैशांतनं इकत घेतला. चोळी घ्यायची ऱ्हईत केली नि पैली चूल आणली; ध्येनात हाय तुमच्या?... ह्या चार भित्ती, ही भुई सालोसाल मी सारवत आली, झाडत आली. ह्या साळुत्यांस्नी, ह्या खोपड्यात पडलेल्या खराट्याला तरी इचारा. आता माझ्या उरावर सवत आणता? तुमच्या पोरासाठी माझं सोनं होऊन गेलं. तुमच्यासाठी या पिंडाची माती करून घेतली. ह्या खोलीत ती एका राती तांबडी-लाल होऊन पसरली. ह्या घराला तिनं लिपलंय, सारवून काढलंय. ह्या घरात मला सवत आणून तुम्ही नांदीवणार? माझ्या हातरुणात दुसरी बाई निजीवणार? कुणासाठी समदं हे?

डोळा लागता लागताच एकदम त्याला जाग आली नि दचकून तो उठून बसला. तिच्या वरातीच्या शालूसारख्या झगझगीत दिसणाऱ्या उजेडानं घर भरून गेलं होतं. त्याची नजर सबंध घरभर फिरली. सगळ्या वस्तू जिथल्या तिथं होत्या. आंथरुणाच्या जाग्याला आथंरूण. महादेव गाढ झोपलेला.

त्यानं उशी सरळ केली. बसल्या जागीच नकळत वाकळंवरनं हळुवार हात फिरविला. खोपड्यात पडलेल्या जुन्या केरसुणीकडं बघून त्याचे डोळे भरून आले. ऊनऊन पाणी गळू लागलं.

मन भरून आलं होतं. घटकाभर तसंच बसून त्यानं डोळे गाळले. कंदील कमी केला. डोळे पुसून दांडगा सुस्कारा टाकत तो आडवा झाला. घर अंधारात सरकलं. भोवतीच्या काळोखात मिसळून गेलं. त्या अंधारातच त्यानं महादेवाच्या अंगावर मायेचा हात ठेवला. त्याचं हृदय डुगूडुगू उडत होतं. त्याच्याजवळ सरकून डोळे मिटून तो पडून राहिला.

...कशाला जायाचं पोरगी बघायला? एका मुलावर तीन वर्सं आतापतोर काढलीच की. असाच सारा जलम काढायचा. तुझा टाक करून देव्हाऱ्यात बसवायचा नि त्येलाच पाणी घालायचं. घराला तीच बायकू म्हणायचं... .खुशाल संन्याशी होऊन ऱ्हावं, असं वाटतं बघ.

...तू ह्या घरात असतीस तर मी का असं करायला उठलो असतो? तुझ्यासंगं जलमभर संसार केला असता. दुसऱ्या बाईकडं मला ढकललं असतंस तरी गेलो नसतो. माझं एक ऱ्हाऊ दे. ह्या म्हादेवाचं काय करू मी? ह्येला कुठं ठेवू? भणीची माया तिच्या पोरांवर पसरलीय आता. तुझं-माझं लगीन तिनं मोठ्या मिणतवारीनं केलं. थोरली म्हणून मीबी तिला मानलं. कामाधामात मिळणारा समदा पैसा तिच्याच स्वाधीन केला. का? - तर आपल्याला मागंफुडं कुणी न्हाई. आपल्याला एवढीच भण. हीच आपली आई... .पर तू गेलीस नि एका वर्सातच तिनं म्हादेवाला आणून सोडलं. आणि चार वर्सं तिनं त्येला बघिटलं असतं तर माझ्या गळ्याचं कडासनं गेलं असतं. पर ती कट्टाळली. पाठीवर हात मारून आलेल्या भावाचं पोरगं तिला जड झालं. भण म्हणून तिला दिवाळी केली. गवर केली. जमेल तेवढी पोराची पोटगी दिली तरी तिला माया फुटंना... मी तरी किती सोसू? वाट्टल तसं तोडून बोलू लागली. दीसभर कामाचा ताण सोसून सांजंचं देवा म्हणून पोराला बघायला गेलो की हिचं टोचरं बोलणं.

"गोंदा, आता तुझ्या पोराची सोय काय तरी लाव, बाबा."

"का गं, आक्का?"

"मला न्हाई ते झेपत. मी माझ्या संसाराचं बघू का तुझ्या संसाराचं बघू?"

"तुझ्यातनच माझंबी बघायचं. माझा का कोळा संसार हाय? तुझ्या भाजीभाकरीतनंच

माझ्याबी पोराची भाजी-भाकरी करत जा. तुझ्या पोरांत माझंबी पोर खाईल नि वाढंल. ते का अवघड हाय? ...ह्या तीन वर्सांच्या पोराला घेऊन कुठं जाऊ मी? कोण हाय तुझ्याबिगार?''

''मी तरी काय करू बाबा? माझ्या संसाराचं माझं मला फुरं झालंय. तुझं पोरगं समोर दिसलं की माझा दाल्ला शेळीसमोर बांधलेल्या वाघागत माझ्याकडं बघतोय...तू आता दुसरं लगीन करून घे नि रांकंला लाग. ह्या पोरावर काय जलम काढणार हाईस? अजून तिशीबी वलांडली न्हाई तुझी.''

''ते खरं गं. पर पोरगं बारीक हाय अजून. येणारी बाई कशी येती कुणाला दखल? पोरासाठी म्हणून बायकू करायची नि पोराच्याच जिवावर उठली तर?''

''काय न्हाई उठायची. दाबात ठेवली म्हंजे झालं. कुणा गरिबाची, अडलेली बघून आणायची.''

''ते खरं. पर पोरगं वाईच दांडगं झालं म्हणजे बरं. अजून दोन तरी वर्सं कळ काढ तू. तुझं उपकार जलमभर इसरायचा न्हाई मी.''

''न्हाई रं, बाबा. आता चार म्हैनंसुदीक निघणार न्हाईत. माझ्या हातनं आता रेटेना झालंय. बघिटलं एवढं रग्गड झालं.''

त्याला चीड आवरंना झाली होती. त्यानं खूप समजून सांगण्याचा प्रयत्न केला, तरी ती आपला हेका सोडीचना.

दुसरे दिवशी तो ऊसतोडणीसाठी परगावी जायला निघाला. रातभर तणातणी झालेली.

सकाळी अक्का त्याला म्हणाली, ''ह्या पोराला घेऊन जा बघ. मी त्येला सांभाळणार न्हाई.''

''आगं, भण हाईस का कसबीण? एवढ्या बारक्या पोराला घेऊन त्या रणदिव्याच्या वाडीला कुठं जाऊ? कोण बघणार त्येला तिथं? चार म्हैनं एवढं जाऊ द्यात. मग बघू म्हणं.''

''काय बघू नगं ...माझा संसार तुला सरळ ठेवायचा हाय का न्हाई?''

''म्हंजे?''

''म्हंजे मी आता सांगत बसत न्हाई. माझा म्हेनत्या माझा जीव घ्यायला उठलाय. त्यो घेऊ दे का माझा जीव? का मीच कुठं तरी जाऊन जीव देऊ तुझ्या नि या पोराच्या पायात?''

''माझ्या नि माझ्या पोराच्या पायात तुझ्या संसारात मी कशाला माती कालवू?''

''मग जा तर ह्या पोराला आदूगर घेऊन...''

तिनं सगळं सांगितलं. तिच्या नवऱ्याच्या मनात चांगलं नव्हतं.

भिरमिटीत त्यानं पोराला उचललं. गपागपा पोराची कुडती, चड्डुया एकाजागी

गठळ्यात बांधून घेतल्या. गठळं घेताना आणि बाहेर पडताना त्याचे डोळे भरून आले. भणीकडं शेवटचं बघून तो बाहेर पडला.

पोरगं उचलल्यावर भिजक्या धोतरागत अंगासकट चिकटलं. खांद्यावर मान टाकून पडून राहिलं. अधनंमधनं ते दोन्ही हातांनी बाबाची मान आवळू लागलं. खांद्यावरल्या खांद्यावर बिलगू लागलं. बाबा गप.

"कुठं जायचं, बाबा?"

गोंदाच्या गळ्यात आवंढा आला. पण मोठ्या कष्टांनी त्यानं तो आतल्या आता रेटला. गप चालला.

"बाबा" पोरानं पुन्हा विचारलं.

"अं?"

"कुठं जायचं?"

"आपल्या घराकडं."

"आणि?"

"आणि तिथंच ऱ्हायाचं."

"आणि...?"

"आणि तिथं तुला दांडगा करायचा माझ्या बाळा."

"आणि...?"

"आणि काय न्हाई!"

"पोराला 'आणि'ची सवय लागलेली. गोंदा त्याच्या पाठीवरनं हात फिरवत, आपल्या घराकडं गेला.

घरात पोराला घेऊन दीसभर भकास मनानं बसला. सांज करून त्याला घेऊनच बाहेर पडला नि सुंदरा म्हातारीकडं गेला. म्हातारी त्याच्या आईची मैतरीण, गल्लीतच राहत होती. येणंजाणं ठेवून होता. तिचा मुलगा त्याचा दोस्त होता.

पोटगीच्या आणि इतर सगळ्या खर्चाची कबुली करून पोराला तिच्या ताब्यात दिलं. ढसाढसा रडत बाहेर पडला... पाठीमागं पोरानं मांडलेला आक्रोश लांबवर त्याच्या कानांवर येत होता.

ऊसतोडणीच्या कामावरनं तो महिनाभर परत आलाच नाही. गाव लांब होतं. पोरही चिकटून बसेल आणि आपणाला सोडणार नाही, असं त्याला वाटत होतं. त्याला सुंदरा म्हातारीची सवय लावण्यासाठी तिकडं जाणं बरं नव्हतं. मन घट्ट करून पोराच्या आठवणीत उदास होत तो कामं करत होता.

महिन्यानं तो आला नि त्यानं महादेवाला बघितलं. पोरगं निम्मही उरलं नव्हतं. पोट नाळरोग्यागत भोपळ्याएवढं झालेलं नि हातपाय तुरकाट्यांगत दिसणारे. गेल्याबरोबर पोरानं 'बाबा' म्हणून मिठी मारली ती सोडलीच नाही. गोंदाला त्याचं

अंग टुळटुळीत वाटू लागलं. हातापायावरनं हात फिरवले तर शिळ्या सुकलेल्या पडवळावरनं फिरवल्यागत वाटू लागलं.

गोंदा तीन-एक तास बसला तरी पोरगं त्याच्याजवळनं हलायलाच तयार नाही. ते सुंदराकडं, सुंदराच्या सुनेकडं संशयानं बघायला लागलं. बाबाला जास्तच खेटू लागलं. गोंदाला सगळं कळत होतं; तरी मन घट्ट करून तो म्हणाला, ''म्हादेवा, जा की सुंदरा आजीकडं.''

''न्हाई. मी तुझ्यासंगं येणार.''

''का रं?''

''मला भ्या वाटतंया!''

''कशाचं?''

''मला त्यो कुतरा फाडून खाईल!''

''कुठला?''

''त्यो बघ. '' त्यानं बोट करून वळचणीचा कुत्रा दाखवला.

...गोंदाच्या मनात काय पडायचा तो उजेड पडला.

पोराला त्यानं गावातनं फिरवून आणलं. हॉटेलात जाऊन त्याला शेवचिवडा खायला घातला. बाकावर बसून त्या पोरानं मुटूमुटू खाल्ला. त्याला बुंदीचा लाडू दिला. तोही त्यानं खाल्ला. कागदात भजी घेऊन चहा पिऊन तो उठला.

काळ्या रामाच्या देवळात गेला. तिथं त्यानं पोराला अंगारा लावला. घटकाभर देवळातच बसला. पोरगं त्या देवळात एवढं दांडगं पोट घेऊन लुटूलुटू पळालं. त्याला मोकळं मोकळं वाटत होतं... आपण आणि आपला बा एवढंच त्या देवळात असल्याची जाणीव त्याला होत होती. ते सुकलेल्या तोंडानं, खोल गेलेल्या डोळ्यांनी नुसतं हसत पळत होतं. भजी खात होतं. तो गार खांबाला टेकून निपचित बसलेला. अधनंमधनं पोराकडं बघतेला.

एवढं झालं तरी तो आपल्या भणीकडं गेला नाही. मन दगडागत करून त्यानं महादेवाला सुंदरा म्हातारीकडं ठेवलं नि पुन्हा ऊसतोडणीसाठी गावाला गेला.

ऊसतोडणीची कामं संपली नि तो दोन महिन्यांनी पुन्हा परत आला. आठ-पंधरा दिवस मजेत गेले. कुणाकुणाच्यात जाऊन बसू-बोलू लागला. रोज सकाळी उठायचं. घराची झाडलोट करायची. पोराला घेऊन पाणी आणायचं. दुकानला जाऊन होयनव्हं घ्यायचं. स्वैपाक करायचा. त्याच्या मनाला शांत वाटत होतं.

दोन-एक महिने असेच गेले. घरात बसूनही आता भागणार नव्हतं. कुठंतरी कामं बघावी लागणार होती... म्हातारीकडं पोराला ठेवून कामाला जाऊ लागला.

सुंदरा म्हातारीकडं खेळणारा पोरगा सांज करून गोंदा तिकडं गेला की फुलून येई. त्याला घेऊन तो घरी येई... .घर मोकळं सुन्न. तो चहा करून घेई. महादेवाला

घेऊन कधी हॉटेलात जाई. चहा-चिवडा खाईपिई.

दिवसभराच्या कष्टांनी अंग आंबलेलं. घर खायला उठल्यागत होई. त्याच्यातच बसायचा कंटाळा येई. कुठं तरी जावं, घटकाभर बसावं, गप्पा माराव्यात. परत यावं नि जेवून निर्मळ पडावं... .पण तसं होत नव्हतं. आला की पोरगं बिलगायचं. ते तर त्याची दिवसभर वाट बघतच सुंदरा म्हातारीकडं राहायचं. गोंदालाही त्याची काळजी. पण कामासनं आल्याबरोबर लगेच त्याला बरोबर वागवणं त्याला कंटाळवाणं वाटू लागलं. त्याला कुठं जाता येईना. कुठं बसता येईना. घरात आल्यावरही स्वैंपाकाची तयारी करावी लागायची. पोराची कापडं धुवायची, भांडी घासायची, स्वैंपाक आपणच करायचा, झाडलोट आपणच... आपणच, आपणच.

सगळीकडं तो बांधला गेला होता. एकही दिवस कंटाळा करून त्याला भागत नव्हतं. रात्री पोरगं निजलं की घर पुन्हा उदास होई. कुणासंगं बोलायचं? कंटाळून तोंडाला मिठी मारून तो आंथरूण पसरी. आंबलेलं अंग त्यावर टाकून देई.

वाटायचं कुणीतरी हातरूण घालावं. स्वैपाक करून जेवायला बोलवावं. काय तरी बोलत, हसत भाकरी खावी. टाकलेल्या हातरुणावर आरामात पडावं. कुणीतरी कधीतरी आंबलेलं अंग तेल लावून चोळावं. कुणीतरी कडक कडक पाणी तापवावं, त्या पाण्यानं आंघूळ करताना कुणीतरी पाठीवरनं साबणाचा हात फिरवावा... दीसभराच्या समद्या कष्टांचा निचरा निचरा होऊन जावा... सकाळी उठून हसत-खेळत न्याहारीच्या वक्तापतोर हिकडंतिकडं करावं. न्याहारी करून ताज्यातवानं मनानं कामाला जावं...

विचार करत तो रात्री बारा-बारा वाजेपर्यंत जागा राही. दिवसभराच्या कष्टांनी अंग शिणलेलं असलं तरी नीज यायची नाही.

...एकट्या पोरावर न्हाई निभायचा संसार. कोणचं कोणचं मी बघू. बा म्हणून बघू का आई म्हणून बघू? घरात बाईमाणूस हे पाहिजेच. त्याबिगार घराला घरपण न्हाई. पार समद्या घराची नासाडी व्हायला लागलीया. एक भांडं निर्मळ न्हाई की चूल कवा सारीवली न्हाई. समद्या धान्याला वास माराय लागलाय. माझं हाल कुतरं खाईना झालंय. बाईमाणसाबिगर बाप्याचं काय खरं न्हाई... म्हादेवाचंबी माझ्या हातनं रेटायचं न्हाई. दीसभर ती म्हातारी कसंबसं बघती. पोरगं त्या कुतऱ्याला भितंय. त्येच्या पोटाचीबी नीट येवस्था हुईत न्हाई. निम्म-अर्धं उरलंय. त्येच्यापायी तर सारा जलम! आणि तेच हातातनं चालल्यागत झालंय. किती केलं तरी मी बापय गडी. किती करणार त्येचं? बारक्या पोराचं मला काय कळणार हाय? ...रात अशीच एकट्या एकट्यानं काढायची. असल्या तरुणपणात असं एकटं. जलम तरी कशासाठी करायचा? किती उपाशी उपाशी मनानं दीस काढायचं? काय खरं न्हवं...

त्याचं अंग गरमगरम होई. पाय आवळून तो पोटासंगं घेई. उशीला कुरवाळी

नि हात तिच्यावर ठेवून तसाच डोळे मिटून पडून राही. कधी झोप लागे ते कळायचं नाही. झोप लागली होती का नाही, हेही कळायचं नाही.

ऊसतोडणीच्या कामावर असताना तो अनेक कामगारांना आपली चित्तरकथा सांगत होता. त्यातनंच त्याला कोकाटेवाडीची एक जागा कुणीतरी सांगितलेली.

तोडणीची कामं संपल्यावर परत आला होता. पंधरा दिवस नुसते विचार करण्यात गेले होते. नंतर पत्र पाठवून भेटण्याचा दिवस ठरवला होता.

मनाला धीर देत तो मुलगी बघायला एकटाच निघाला होता.

मोटार चालली होती. मन सैरभैर भरकटत होतं. पुन्हा थाऱ्यावर येत होतं. पोराला टाकून जाणं त्याच्या जिवावर आलं होतं...लक्ष्मी असती तर असं कशाला झालं असतं? ही पाळीच आली नसती. ह्या देवानं तरी नेमकं मी घरात नसताना बाळंतपण कसं आणलं? ...पाचसा वर्सं संसार कसा दिष्ट लागावी असा झाला. बायकूनं संसार वाढीवला. कुंभाराघरच्या चुलीपासनं भांड्याकुंड्यापतोर तिनंच जमविलं...मला कायबी तुसास पडू दिला न्हाई. मागून दिल्यागत दोन वर्सांत सोन्यासारखा पोरगा दिला. दुसऱ्या पोराला जलम देतादेताच निघून गेली... मला नि महादेवाला पोरका करून.

बस वेग घेईल तसा तो एकटा एकटा होत गेला. मन खट्टू होत गेलं. कसली माणसं हाईत कुणाला ठावं? माझा इचका झालेला बघून पोरासाठी एखाद्या वक्ती भरपूर दागिने मागतील. दागिन्याच्या अटीवरच ती माझ्यासंगं लगीन कराय तयार झाली तर? ...तर कसं जमणार? घबाड घेतल्याबिगार कोण आपल्याला कोरं बाईमाणूस देणार? मीच बिजवर. एकीसंगट संसार करून मोकळा झालेला. तशात पोटाला एक पोर. कुणीतरी सोडलेल्या, कुणीतरी टाकून दिलेल्या, खरकट्या बायकाच माझ्या नशिबात. त्याबी गुणानं सरळ असतील तर, न्हाईतर गुण उधळत गेल्या म्हंजे? ...लई ते करून तसंच हुणार. बापय माणूस उगंच का बायकू सोडून देतंय? काय तरी खोड असल्याबिगार तसं कोण करंल? बाईमाणसाच्या अंगात खोड असली तर का खरं न्हवं. समद्या संसाराचं वाटूळ नि अब्रूचं खोबरं. ...न्हाई तर मग लुळी, पांगळी, टरकी, चकणी, एका डोळ्याची करून घेतली पाहिजे. चांगली बाई कुणी बिजवराकडं वळत न्हाई. काय माझा भोग तरी...

कसाबसा जाऊन पोचला. घर शोधून काढलं. दोन्हीकडून इकडतिकडची चौकशी झाली. पदर- पालव लागत होता.

काय बोलायचं ते त्यानं मनाशी ठरवलं.

पाहुणचार झाल्यावर बोलणी सुरू झाली. मुलीचे दोन चुलते, वडील, थोरला भाऊ असे सोप्यात भिंतीला टेकून बोलण्यासाठी बसलेले. हा एकटाच.

तो म्हणाला, ''पाव्हणं, माझं हे दुसरं लगीन हाय.''

“असंना का. त्येला काय हुतंय? एकेकाच्या नशिबात दोन बायका असत्यात.”

“न्हवं. माझी पैली बायकू बाळतपणात मेलीया.”

“तेच की हो. त्येला आता तुम्हीतरी काय करणार?”

“मला एक पोरगा हाय तीन-एक वर्सांचा. त्येचा परतपाळ झाला पाहिजे.”

माणसं घटकाभर गप बसली होती. एकमेकाच्या तोंडाकडं बघत होती. घटकाभर गप राहून मुलीचा बाप म्हणाला, “...पोराला का कुणी टाकून देणार हाय? पोरकं पोर ते.”

“व्हय त्येच्यासाठीच मी लगीन करणार.”

दोघेही चुलते हसले.

“खरंच! पोरासाठीच मी लगीन करणार.” तो जास्तच गंभीर बोलला.

“ते बरोबर हाय पाव्हणं. आम्ही का तुम्ही तुमच्यासाठीच लगीन करणार हाईसा, असं म्हणत न्हाई. पर तुमच्या बायकूलाबी पोरं हुतीलच की हो. त्येंचाबी परतपाळ केलाच पाहिजे.”

“ते हाईच की. पर तुमच्या पोरीला आदूगर इचारून बघा.”

“ते इचारून बघितलंच पाहिजे. पोरीचा इच्चार घेऊनच आम्ही सांगणार तुम्हाला.”

मुलीचे चुलते, वडील यांनी आत जाऊन काही चर्चा खालच्या आवाजात केली. बायकांचे दबके आवाजही त्याच्या कानावर येत होते. तो शांतपणे बसून होता.

मुलीला दाखवण्याचा कार्यक्रम सुरू झाला.

मुलगी बाहेर आली नि त्याची नजर तिच्याकडं बारकाईनं लागली... तिचा एक डोळा ठार गेलेला होता. पण बांधा उंचापुरा होता. दुहेरी हाडापेराची. रंगमात्र सजगुऱ्या वाणाचा. सावळ्या रंगात जमा होणारा. नाक सडसडीत लांब. किंचित प्रौढपणात ती चालत आली.

बायकांकडून ओटी भरता भरता तिची एक डोळ्याची पण भेदक नजर त्याच्यावर पडली. त्यानं आपली दृष्टी खाली घातली.

मुलीला प्रश्न विचारताना त्याच्या मनात मुलाचाच प्रश्न पुनःपुन्हा घोटाळत होता. त्यानं त्याचं उत्तर मुलीकडून दोन-दोनदा विचारून घेतलं. ते होकारार्थी आल्यावर त्यानं बाकीचे प्रश्न विचारले.

मुलगी आत गेल्यावर त्यानं तिच्या डोळ्याविषयीची चौकशी केली. म्हशी राखताना तिचा एक डोळा बिथरलेल्या म्हशीचं शिंग घुसून गेला होता, असं त्याला कळलं. त्यामुळं मुलीचं लग्न लांबणीवर पडत चाललं होतं, हेही त्याला सांगण्यात आलं होतं... त्यानं ती तडजोड मनोमन स्वीकारली.

कार्यक्रम झाल्यावर तो ‘विचार करून कळवतो’ म्हणून उठला. पाहुण्यांनी माना हलवल्या.

गावाकडं आल्यावर त्यानं उलटसुलट विचार केला. त्या लोकांच्या पत्राची वाट पाहिली. पण त्यांचं पत्रच आलं नाही. म्हणून त्यानं सुंदरा म्हातारीबरोबर आणि तिच्या मुलाबरोबर विचार करून पाहुण्यांना पत्र लिहिलं. "...माझ्या अडचणी मी सांगितल्या. माझं हे दुसरं लगीन. म्हणून ह्या अडचणी. पैल्या लगनाइतका मला इचार करून चालणार न्हाई. पर माझ्या प्रापंचिक अडचणी सोडीवणारं माणूस मला मिळालं तर माझी लग्नाला ना न्हाई."

त्याच्या या पत्राला त्यांच्याकडून होकार आला.

याद्या करायचा आणि गूळभाताचा दिवस ठरला.

खूप विचार करून याद्या करण्यासाठी तो एकटाच गेला.

गाव आलं. धडधडत्या मनानं तो हातातली पिशवी सावरत पाहुण्यांच्या घरी गेला.

"एकटंच आलासा?"

"एकटाच आलो. कशाला भाराभर माणसं आणायची? मग लई फाटं फुटत जात्यात, जमायचं ऱ्हातंय बाजूला नि मानापानाचं सुरू हुतंय. इचका हुतो इनाकारणी."

"खरं हाय ते. निदान तुमची भण, भणीचा न्हवरा, एखादा गोतातला इसम आला असता तर बरं झालं असतं. म्हंजे याद्या करायला बरं जातं."

"पाव्हणं, माझा स्वोभाव येगळा हाय. काय असंल त्येच्यावर मी सही करतो की, माझा तुमच्यावर इस्वास हाय. आणि तिसरीपतोर माझं शिक्षण झालंय. मी याद्या वाचू शकतो... आणि लईच गणगोताला भेटायचं असंल तर गावाकडं या. समद्यास्नी गोळा करतो. काय बोलायचं असंल ते बोला. समदं जिथल्या तिथं वाटलं तर याद्या करू, पर पर याद्या करताना मी एकटा येईन. माझी मला परिस्थिती ठावं हाय. गणगोताचं मानपानच लई बघावं लागतंय."

"याद्या करायला कोकाटेवाडीला चला, म्हणून त्येंच्या पायांला लोणी लावून मला चाटत बसायला लावू नका."

"तेबी खरंच म्हणा." पाहुण्यांना विचार पटला.

सर्वांची खात्री पटल्यावर मूळ मुद्द्याला हात घातला. होय ना करता, वाद घालता घालता याद्या झाल्या. पाव्हण्यांनी गाव, घर, पालव, पोरगा बघायला येण्याचं कबूल केलं.

दिलेली साखरसाडी नेसून ओटी भरून घेण्यासाठी मुलगी बाहेर आली. ...त्यानं नेऊन दिलेली साडी तिच्या अंगावर बघून त्याला आपलेपणाची नवी जाणीव झाली. ...आता ही आपली बायकू हुणार. दांडगी हाय. कामाला मला पाठीमागं सारंल अशी दिसती. जन्माची चिंता मिटली. गरिबाच्या घरात असंच थोराड अंगाचं माणूस असावं. चार दीस उपाशी ऱ्हायली तरी कुणाला काय कळणार न्हाई. रंगानं उजळ नसली,

एक डोळा गेलेला असला तरी त्यात तिचा काय गुन्हा?.. लक्षुमी चुकूनच देखणी मिळाली हुती. आपल्या नशिबात खरी हीच... रखमा! रुक्मिणी... नाव चांगलं हाय.

गूळभाताचं जेवण जेवून तो परतला... परतीच्या वाटेवर फुलून आला. एस.टी. भरवेगात धावत होती. उजेडाचा सूर मारत अंधारात घुसत होती.

दोन तास रातीला तो गावात येऊन पोचला. सुंदरा म्हातारीच्या घरात महादेव डोळं जागत ठेवून वाट बघत बसला होता.

''म्हादेवा'' दारातनंच त्यानं हाक मारली. तिष्ठत बसलेला महादेव चटकन उठून उभा राहिला. बाबानं घ्यावं म्हणून त्यानं हात वर केले.

चटकन गोंदानं त्याला उचलून वर घेतलं. महादेव बिलगला.

''खायला आणलं, बाबा?''

''न्हाई, रं बाळा. इसरलो आज.'' त्याच्या मनाला आठवणीनं चटका बसला. सकाळी त्यानं कबूल केलं होतं. पोरगं गपगार कुशीत शेजारी बसलं.

त्यानं काय काय घडलं ते सगळं सांगून सुंदरा म्हातारीचा नि तिच्या मुलग्याचा निरोप घेतला. पोराला घेऊन घरची वाट धरली. पोरगं गप खांद्यावर पडलेलं. त्याच्या पाठीवरनं तो हात फिरवत चालला.

''उद्या उठल्याबरोबर जाऊन, खायला आणू हं. आता रात झालीया. दुकानं बंद झाली असतील, माझ्या बाळा.''

त्यानं त्याची आपण होऊन समजूत काढली. पोरगं 'हूं' म्हणून गप बसलं.

पुन्हा त्यानं मुलाची समजूत काढली, ''मी गावाला गेलो हुतो का न्हाई, म्हणून उशीर झाला.''

''हूं.''

घर जवळ येत होतं. काळोख दाटतच चाललेला.

''उद्या आता मी कुठं कुठं जाणार न्हाई बरं. पैलं तुला खायला आणू.''

''हूं'' पोरगं नुसतं हुंकार भरत होतं. अंगाच्या उबीवर शांत पडून राहिलेलं. बापलेक घरात गेले. रात्रीच्या कुशीत विसावले.

तासभर दीस वर आला. आपली अंघोळ आटोपून त्यानं चहा करून घेतला. महादेवासाठी पाणी तापत ठेवलं... घर आता उजेडात आलं होतं. आसपासची घरं त्याच्याभोवतीनं जागी झाली होती. रातच्या स्वप्नानं तो आणखी फुलून गेला होता. ...रखमा आली होती.

सकाळी उठल्यापासनं तो तंद्रीतच स्वतःवर खूश होऊन काम करत होता. त्यानं महादेवाला हाक मारली.

महादेव जागाच आथरूणात पडला होता. त्यानं 'अं' केलं. गोंदाला त्याच्याबरोबर खूप बोलावंसं वाटू लागलं.

"ऊठ बाळा, आता. परसाकडं जाऊन ये. आंघूळ करू. तुला खायला आणाय जायाचं न्हवं?''

"हां!'' पोरगं डोळं पुसत चटाक करून उठलं.

अंघोळ झाल्यावर त्याला खळणी कापडं घातली. तयारी करून बापलेक हांटेलाकडं चालले. गोंदाला ताजं ताजं वाटत होतं. त्याचा उत्साह दुणावला होता. बोलता बोलता महादेवाला तो म्हणाला, "काल गावाला कुठं गेलो हुतो ठावं हाय तुला?'' गोंदाच्या हाताच्या चौकटीत छातीला तो बिलगून बसलेला.

"कुठं?'' असं विचारून तो त्याच्या तोंडाकडं बघू लागला.

"तुला आई आणायला.''

"मला?''

"तुला आई आणायला.''

"मला?''

"हाऽ! तुला आई आणायची. '' तो ऐटीत बोलू लागला.

"आणि?''

"... आणि मग तुला ती भाकरी करून घालंल. मलाबी भाकरी करून घालंल.''

"आणि?'' पोरगं खूश होत चाललं.

"आणि मग तुला आंगूळ घालंल. तुला जवळ घेऊन थोपटून थोपटून निजवंल.''

"आणि?''

"आणि मी आरामात कामाला जाईन. दीसभर तू तिच्याजवळ मजामजा करशील. मग मी रातचं तुला खायला घेऊन येईन. ती तुला खायाला देईन.''

"आणि...?''

'आणि मग... ती घरदार चांगलं लावील. हातरुणं, पांघरुणं चांगली ठेवील...''

"आणि?..''

"आणि मग काय! तुला आई मिळंल नि मला...''

तो गंभीर होत गेला. पुढं काही बोलू नये, असं त्याला वाटू लागलं.

"आणि?'' महादेवाचा उत्साह मात्र वाढत होता. त्याला खूप खूप मिळणार असं वाटत होतं.

"...आणि काय न्हाई. सगळं चांगलं चांगलं हुईल.'' त्यानं महादेवाला हातानं कुरवाळलं. हृदयाच्या उबीत धरलं. त्याला थोपटू लागला. मनातल्या मनातच त्याच्याशी बोलला, "... आणि तुला सावतर भाऊ येतील, भणी येतील... सवतीचं वैरी येतील... मी तरी काय करू बाळा?''

◆

दिवा

पोरं रडतात म्हणून अवघडलेली सगुणा पुढं हळूहळू निघून गेली. पोरांना तिनं पत्ताही लागू दिला नाही. टोपी घालून बाबूही बाहेर पडला. पण त्याच्या पाठीमागं दीडदोन वर्षांची राधी लागली. त्यानं तिला उचलून घेतलं नि सुजऱ्या-फुगऱ्या नारायणाला म्हातारीच्या स्वाधीन केलं. बाबू-सगुणा, हुंदडणारी राधी ही तिघंही गेल्यानं तो प्रचंड जुना वाडा एकदम शांत गंभीर झाला. वाड्यात फक्त शंभरीच्या उंबरठ्यावर आलेली नि डोळ्यांच्या भिंती झालेली म्हातारी आणि तिसऱ्या पिढीतला चार वर्षांचा नारायण. या सर्वांच्याही अगोदरच्या दोन-तीन पिढ्या पाहिलेला तो वाडा.

त्या वाड्यात नऊ-दहा वर्षांची असताना म्हातारी नांदायला आली होती. तेव्हापासून डोळे जाईपर्यंत सत्तरऐंशी वर्षं तिनं वाड्याची भिंत नि भिंत, कोपरा नि कोपरा पाहिलेला. आता काही दिसत नव्हतं; पण पुढ्यातला पणतू नवेपणाच्या बारकाईनं तो वाडा चिमुकल्या शांत डोळ्यांनी पाहत होता. घरात कोणी नसलं म्हणजे तो सगळ्या वाड्यात आपले पाय उमटवीत हिंडे. प्रत्येक उंबऱ्यावर बसून, चौकट हातांनी धरून मग हळूच जपून तो त्याच्या पलीकडं यायचा. उंबऱ्याचा गारेगार जुना स्पर्श त्याला हवाहवासा वाटे. भिंतींना त्याचे हात वरचेवर लागत. ते पुरातन पांढर माती टोकरायचे. त्या मातीची चव मोठी गोड. मेव्यासारखी ती माती तो मुटूमुटू खायचा. भिंतींतल्या खुंट्यांचे डोळे शे-दीडशे वर्षं उघडे होते. स्थिर डोळ्यांनी त्या त्याच्याकडं पाहत. ...त्यांनी पागोटी सांभाळली होती, रंगीत मोठमोठे फेटे डोक्यावर धरले होते. आता त्या नारायणाच्या जरीच्या टोपीची वाट बघत होत्या. ती टोपी उराशी सांभाळण्यात त्यांना कुलाभिमान वाटणार होता... नारायण त्या भिंतींची पांढर माती पूर्वीची ओळख असल्याच्या आणि फार दिवसांनी भेटल्याच्या उत्कटतेनं खात होता. कुलपुरुषाच्या आत्म्याप्रमाणं एकटाच वाड्यातनं गुमान हिंडत होता. मातीत गुंग होत होता.

बाबू आणि सगुणा सरकारी दवाखान्यात जाऊन परत आली. जाताना तुळशीसारखी

मोहरलेली सगुणा येताना मात्र उदास झालेली दिसली. उंच, एकशेवडी शरीर. तशात आता सात महिने पार पडलेले. कापसाचं बोचक बांधल्यासारखं जाणवणारं पोट. अंगाचा भार एका पायावर देऊन दुसरा पाय उचलावा लागायचा. तिला आपला बारकेपणा जास्तच जाणवत होता. तशात वाड्यातल्या फरशीच्या गारव्यानं खोकला जास्त वाढलेला.

"कितवी खेप ही?" डॉक्टरांनी सगुणाला तपासून झाल्यावर बाबूला आत घेऊन विचारलं.

"तशी पाचवी. पैकी दोन पोरं वर्सावर्साची होऊन मेली. आता दोनच हाईत."

"काय आहेत?"

"पोरगा आणि पोरगी."

"छान! मुलगा किती वर्षांचा आहे?"

'चार.'

"आणि मुलगी?"

"दोन वर्साची."

"चांगलं आहे. पण फार लौकर झाली मुलं." आणि खालच्या आवाजात फक्त बाबूला डॉक्टरांनी सांगितलं; 'तसं भिण्याचं कारण नाही. पण बाई फार अशक्त दिसताहेत. आणि मुलंही फार लौकर झाली. हे बाळंतपण व्यवस्थित पार पडेल पण आता ऑपरेशन करून घ्यायला सांगा. नाही तर बाईंना धोका पोचेल. कदाचित अति अशक्तपणामुळं आणि सारख्या बाळंतपणामुळे क्षय होण्याचा धोका आहे. तेव्हा जपा."

"बरं"

"दिवस भरले म्हणजे हॉस्पिटलमध्ये आणून ठेवा."

"व्हय."

"काही काम लावू नका. विश्रांती घ्यायला सांगा."

"न्हाई. काय काम नसतंय घरात."

काळजी उरात घेऊन बाबू आणि सगुणा बाहेर पडले. त्यानं तिला क्षयाचं सोडून सगळं सांगितलं. आणि रस्त्यानं येताना तो तिला जपू लागला. सावकाश चालण्याविषयी सांगू लागला. दोन्ही बाजूंची घरं त्याच्याकडं स्थिर डोळ्यांनी बघत होती.

"पोरगाच हुईल ह्या वक्ताला."

"काय हुतंय कुणाला दखल?"

"पोरगाच हुईल. कारण पोरगा- पोरगी, पोरगा- पोरगी अशीच माळ हाय; न्हाई का?"

"हं!"

"तीन पोरांवरच आता संसार." बाबू स्वतःशीच बोलल्यागत पुटपुटला.

वाड्यासमोरचा तीन सावत्र भावांचा वाडा हजार मोगऱ्यागत फुलून गेला होता. दोनतीन, दोनतीन गुंड पोरं प्रत्येकाला होती आणि खुरटलेल्या वांग्याच्या झाडागत ह्याला दोनच पोरं! घर भरावं असं वाटत होतं. सावत्र भावांच्यावर इर्ष्येनं जगावं असं मन म्हणत होतं.

दोघं जण दारात आले तेव्हा सोप्यात म्हातारी डोळे काढून नेल्यागत समोर बघत बसली होती आणि नारायण उंबऱ्याच्या आतल्या बाजूला पहारेकरी बसल्यागत पायावर पाय घालून बसला होता. शेतातल्या जुन्या आंब्याच्या झाडागत स्वतःमध्ये गुंग झालेला. कुणी आलं, कुणी गेलं, काही काळजी नव्हती. पाखरांगत कित्येक माणस रस्त्यानं येत होती. पण नारायण समोरची भुई नि नखाला चिकटून राहिलेली माती निरखून बघत होता.

आल्याबरोबर बाबूनं त्याला तोंड आऽ करायला सांगितलं. अपराध्यागत त्यानं तोंड आऽ करून जीभ बाहेर काढून दाखविली. पांढऱ्या मातीच्या खुणा तिच्यावर होत्या. बाबूनं जीभ बघून चाटदिशी गालावर एक चटका दिला. नारायणाला आऽ केल्यानंतरच्या अशा चटक्यांची सवय झाली होती. म्हणून त्यानं रडायचंही सोडून दिलं होतं. मात्र डोळे भरायचे. जिवणी किंचित खाली व्हायची. कधी कधी तर जास्तच चापट्या बसू लागल्यावर 'आऽ' तसाच राहून केविलवाणा आवाज काढत तो रडायचा.

डोळ्यांतलं पाणी खाली घळघळायचं.

"चल आत." बाबूनं विस्त्याच्या खेंडागत डोळे त्याच्यावर ठेवले.

तो उठला. दोन पायांच्या बारीक काटकुट्यांवर मोठ्या गाडग्याएवढं पोट घेऊन लुडूलुडू आत गेला... माती खाऊन अंगातलं रक्त आटलं होतं. पोट तेवढं भरपूर वाढलेलं. रक्त नसलेलं अंग पांढरट, हिरवट पडत गेलेलं.

"कळत न्हाई का म्हातारे, नाऱ्या माती खातोय ते?"

"आरं, आत्ता हितं हुतं. मला वाटलं सोप्यातच बसलंय." आंधळेपणानं म्हातारी बोलली.

"पन्नासदा सांगितलं तरी तेच. एका पोराला सांभाळायचं हुईत न्हाई तुला... किती धडपड करायची आणि औशिदं तरी घालायची? तेवढी खाऊनबी पुन्ना माती खातंयच.".. .झाड पसरत गेल्यागत भावांचा संसार वाढत चाललाय. एकएक पॉर गजग्यागत दणकट. आणि हे माती खाऊन मातीतच चाललंय... भावांच्या मनासारखं हुईल. माझ्या वंसाचा नष्टावाच करायला बसल्यात ते. - त्याचं मन स्वतःशीच भरकटत चाललं होतं.

बाबूच्या एकट्याच्या वाटणीला अठरा एकर जमीन नि हा वाडा आलेला.

उरलेल्या अठरा एकरांत तीन सावत्र भाऊ. कायद्यानं वाटण्या झालेल्या. बाबू सातवी शिकलेला. त्याचा त्याला फायदा झाला होता. पण जन्मभर भावांचा जळफळाट चाललेला. आपल्यालाही दोघंतिघं दणकट ल्याक असावंत असं बाबूला वाटतेलं... वावभर बांधाच्या पलीकडं कायमची आग होती. मनगट आणि डोसकं कायमचं शाबूत ठेवून राहावं लागणार होतं. म्हणूनच पहिला पोरगा झाल्यावर त्याचं 'बजरंग' नाव ठेवलं. त्याला मारुती करायचं मनात होतं. पण एका वर्षात तापानं हुंबून पोरगं गेलं. नंतरची पोरगीही एकदीड वर्षात तशीच गेली. मग नारायण जन्मला. थेट बापाच्या तोंडवळ्यागत चेहरेपट्टी. बाभळीच्या ओंडक्यागत नऊ-दहा महिने होता. मग माती खाऊ लागला. हळूहळू पोट मोठं झालं नि हातपायांच्या काटकुट्या झाल्या. औषधं खायला घातली, काव खायला दिली, तरी पोट दगडागत होऊ लागलं. माती सुटेनाच. मग जुलाबासाठी औषधं. तोंडावर सूज येऊ लागली. मग त्याच्यासाठी उपाय. अन्न खाईना, दूध प्यायचा नाही, मग टॉनिक्स. डॉक्टर सांगतील ते सगळे उपचार सुरू झाले. पण तेही मातीत जाऊ लागले. बाबूचं मन इदळत गेलं.

दसऱ्याचा दिवस. दुपारचे चार वाजले. गाव फुलत चाललं. भावांची बारकी पोरं तर दुपारी दोन-तीन वाजल्यापासनं नटून, साबण लावून धुतलेली कापड घालून इकडं तिकडं हिंडत होती. नकळत कुडती मळत होती आणि ती मळलेली बघून त्यांची मनं ढेकळागत विरघळून चेहरे उतरत होते. मग ती खेळायचं बंद करत होती. तरण्या गड्यांचे तांदळाची आर घालून कडक रंगवलेले पटके गल्लीतनं झुलत होते. गाड्यांना सवाऱ्या बांधल्या जात होत्या. बैलांच्या अंगांवर रंगांत बुडवून भेंड्या, आरत्या, हातांचे पंजे उठवले जात होते. सोनेरी, तांबड्या गिल्ल्यानं शिंगं रंगवली जात होती. ह्या सगळ्यांत पोरं लुडबूड करून भाग घेत होती. हात रंगवत होती. बाबू आणि त्याचा गडी संतराम दोघंच दारात गाडी सजवत होते.

रस्त्यानं वासरांगत उड्या मारणाऱ्या पोरांकडं बाबू अधनंमधनं बघत होता. मधूनच वाड्याच्या दरवाजातनं आत डोकावत होता... नारायण पार आत आईच्या जवळ बसलेला. त्याला सजवून ठेवलं होतं. पण त्या रंगीबेरंगी कुडत्याचं, चड्डीचं, टोपीचं त्याला काहीच वाटत नव्हतं. शांत चेहऱ्यानं आणि डोळ्यांनी तो भिंतीजवळ कुबड काढून पायावर पाय घालून बसला होता.

दोन वर्षांची राधी सजता येईल तेवढी सजली होती. सगुणानं तिच्या दोन वेण्या घातल्या होत्या. वेण्यांत चांदीची मोठी फुलं, पायांत वाळं-साखळ्या, काजळ-तीट, अंगांत नवं झबलं. ह्या सगळ्यांत तिचे टपोरे डोळे उठून दिसत होते. कळीगत फुलून घरातनं सारखी इकडंतिकडं पळत होती. वाळं-साखळ्या वाजतील तसं तिला जास्त पळावं असं वाटत होतं. आईच्या गळ्यात जाऊन पडत होती. म्हातारीच्या पुढ्यात

जाऊन बसत होती. सगुणाचं मन भरून येत होतं. बाबाचा हात धरून राधी आत आली.

गाडी सजवून आत आलेला बाबू म्हणाला, ''ह्या ढेकळाला कशाला नटीवलंस?''

नारायण दया मागणाऱ्या डोळ्यांनी आईकडं बघू लागला. जिवणी जास्त मारकच खाली जाऊ लागली. डोळे पाण्यात तरंगू लागले.

''का हो त्येला बोलतासा तसं?'' म्हणून सगुणा नारायणजवळ गेली नि त्याला उचलून घेऊन भिंतीजवळ त्याचा शेंबूड काढीत बसली... राधी बाबूला 'बाबा' म्हणत चिकटली.

बाबूनं कुडतं-कोट घातलं. दसरा म्हणून पटका-धोतर नेसलं होतं. घोंगडं घेऊन गाडीकडं गेला नि गवताच्या पेंढ्या आथरलेल्या गाडीत घोंगडं पसरून टाकलं. मऊमऊ बैठक केली.

गल्लीतल्या गाड्या पोरांनी भरल्या होत्या. एक एक गाडी दिमाखानं शिलंगणाच्या माळाला चालली होती. नारायण उंबऱ्यात जाऊन आतल्या बाजूला बसला होता. त्याच्या समोरनं रंगीत चित्रं चालल्यागत पोरांनी भरलेल्या गाड्या जात होत्या.

''जाऊन येतो गं आम्ही.'' राधीला उचलून वरती घेत बाबू बोलला.

सगुणा उंबऱ्यात आली

''आई, मीबी जातो.'' जवळ आलेली आई बघून नारायण म्हणाला. त्याचे करुण डोळे उत्कटतेनं बोलले.

''ह्येलाबी न्या की. ''

''त्यो माती खाईत बसू दे.'' राधीला गाडीत ठेवून बाबू गाडीत चढला. रडक्या तोंडानं नारायण आईकडं बघू लागला. तसं त्याला कळत होतं. निदान बाबा नेणार नाही एवढं तरी त्याला कळत होतं. पण पोटातनं अगदी ओठांवर आलेली इच्छा त्यानं पटकन बोलून दाखवली.

''अहो, समद्या गल्लीतली पोरं चालल्यात; न्ह्या की. राधी ऱ्हाऊ दे वाटलंच तर माझ्याजवळ. पोरीची जात हाय.''

'नगं.'

''मग दोन्हीबी न्ह्या जावा तर.''

''आगं, कुठं त्या पिकून ढ्यान झालेल्या शिताफळाला न्हेऊ? गाडीचं हादरं सोसतील काय त्येला?''

''मांडीवर घेऊन बसायचं.''

''आणि राधीला कसं घेऊ? का दोन्ही मांडींवर घेऊन गावाला तम्माशा दावू?''

''राधीला ठेवा माझ्याजवळ. सण काय बायकांचा न्हाई.'' सगुणा निग्रहानं बोलली.

"नगं. ती न्हायाची न्हाई तुझ्याजवळ. नाऱ्या न्हाऊ दे घरात. माळावरची दाटण, चेंगराचेंगरी सोसायची न्हाई त्येला."

बैलांच्या शेपट्यात हात घातल्यावर गाडी विजेगत लक् करून हलली. ...शांतपणानं नारायण गाडीकडं बघत राहिला. राधी बाबाच्या पुढ्यात सरकली. एखादं टरफल सोलून टाकावं तशी नारायणला टाकून गाडी लांब जाताना दिसत होती.

आईच्या बोटाला धरून तो लुटूलुटू आत गेला. अवघडलेली आईही तितकीच सावकाश चालत गेली.

सगुणानं ठेवणीतलं नक्षीच मोठं तबक काढलं. राखेनं स्वच्छ घासलं... नारायण ते बघत बसला. त्यात त्याला आपला चेहरा दिसत होता... गंभीर, शांत, एक पुरातन चेहरा. देवाच्या कपाटातली जुनी निरांजन काढून सगुणानं ती दही-चिंच लावून घासली. कापूस काढून वाती करत बसली. हा कापूसही पूर्वीपासनं चालत आलेल्या शेतात पिकलेला. त्याच मातीतला. नारायण तिच्याजवळ जाऊन वाती बघत बसला. निरांजनात तेल ओतताना, वाती भिजवताना, त्या पेटवताना, निरांजन त्या स्वच्छ पांढऱ्या ताटात ठेवताना बघून त्याचं मन रमलं. वाडवडील त्या तबकात ती निरांजनं घालून ओवाळले गेले होते. त्या ज्योतींनी ते पांढरंशुभ्र तबक आणि ती नागागत पिवळी जर्द निरांजनं तेजस्वीपणानं झगमगू लागली. त्यांच्याकडं बघताना नारायणाचे डोळे जणू अज्ञात भूतकाळाचं कौतुक पकडत होते. त्याच्या चेहऱ्यावर तो पिवळा प्रसन्न प्रकाश स्वच्छपणानं पडला. चेहरा त्या तेवढ्या प्रकाशात उजळून निघत होता. हत्यारं पुजली होती तिथं देवाशेजारी सगुणानं तबक नेऊन ठेवलं. झगमगणारा सोनरी उजेड आणि ती पूर्वजांची पुजलेली हत्यारं बघत नारायण तिथंच जाऊन बसला. दोन्ही ज्योतींवर त्याचे डोळे एकरूप होऊन बघत होते... वाडवडिलांचे ओवाळले चेहरे त्या ज्योतींनाही आठवत होते.

शिलंगणाच्या माळाच्या मोकळ्या हवेवर कामाच्या रगाड्यातनं आणि चिखलातनं मनं मोकळी करून माणसं आली होती. निर्मळ कपड्यांत जग हलकंफुलकं वाटत होतं. त्याच चालीनं ती इकडंतिकडं हिंडत होती.

"काय बाबू पोरीला घेऊन आलाईस?"

"पाठी लागली नि आली गा."

"आणि पोरगं?"

"ते बसलंय माती खाईत घरात."

बोलणाऱ्यांनी काखेत बसलेल्या राधीचं कौतुक केलं. गालाच गचवाटं काढलं. राधी लाजली. तिच्या लाजण्या- मुरकण्यानं बाबू फुलला. फिरता फिरता तिला गोडी शेव विकत घेऊन दिली. पण बारके पेढे नि साखरेच्या लिमज्या बघून तिनं गोडी

शेव बाबाला दिली नि तिकडं बोट दाखविलं. तेही तिला घेऊन दिलं. सगळीकडं गर्दीतनं फिरवून तिचं मन भरूस्तवर तिला दाखविलं.

सोनं लुटून गाड्या गावाकडं जाताना भावानं अचानक आपली गाडी बाबूच्या गाडीच्या पुढं काढली. गाडी पुढं काढताना गाडीतली भावाची पोरं 'है याऽऽव, हैं याऽऽव' करून ओरडली. चिरडीनं संतराम आपली गाडी पुढं काढू लागला; पण राधीला पाठीमागं घेऊन बसलेल्या बाबूनं त्याचा दंड डिवचला.

''जाऊ दे सावकास. फुडं जाणाऱ्याला जाऊ दे. ''

''न्हाई पर...''

''नगं. हे काय गाड्यांच्या शेरतीचं मैदान हाय? बारकी पोरगी हाय गाडीत. कुठं तरी उलटली बिलटली म्हणजे. लाखमोलाचा जीव जायाचा. त्येला काय! गाडी भरून पोरं हाईत. त्यांतलं एखादं मेलं तरी त्येला झाडाचं पान गळल्यागत वाटायचं.''

संतरामनं मग गाड्यांच्या रांगांतनंच आपली गाडी ठेवली... भावाच्या गाडीत तिघांचीही गुंड पोरं जाळ्यातल्या मास्यांगत वळवळत होती. भाऊबंदकीच्या अल्लड चुरशीचा रंग त्यांच्या डोळ्यांत भरला होता. ताणाची बैल उड्या मारत जात होती. थोरलं पोरगं भावाच्या पुढ्यात कासरं धरून बसलेलं. गाडी मारायची हौस भागवून घेत होतं.

पुढ्यात राधीला घेऊन बसलेल्या बाबूला संतरामच्या ठिकाणी हळूहळू नारायण दिसू लागला. रंगीत फेटा बांधलेला. मिसरूड फुटलेल्या ओठांत पान धरून बैलांना दबवतेला... पण कासरा घेतलेले हात काळे, सुजरे होते. आणि फुगलेले गाल गाडीच्या हदऱ्यानं युलूघुलू हलत होते. डोळे रक्त नसल्यानं हिरवट, पिवळट झालेले. त्या चित्रातनं मग ओठावरचं मिसरूडही गेलं नि मानेवरचा फेटाही गेला. ओठ मातीनं रंगलेले. मान बगळ्यागत बारीक, उंच तशीच राहिलेली. अंगावर भावांच्या पोरागत टवटवीच येईना... बाबून खूप तंद्री लावून बघितलं; पण शेवटी त्याच्या मनासमोरचं ते चित्र ढेकळांच्या लगुरीगत ढासळलं. मन उदास झालं.

गाडी दारात आली. नारायण नव्या कपड्यांत कुडतं वर करून गटारीकडंला बसला होता. त्याला फक्त समोरची माती दिसत होती. जणू सगळं शरीरच जीभ होऊन ती माती मुटूमुटू खात होतं. तहान- भूक हरली होती... पाठीमागनं दाण्णदिशी दणका बसला नि त्याला एकाएकी आसपासचं जग आठवलं.

बिनबोलताच बाबूनं त्याच्या पाठीत खवून बुक्की घातली होती. त्यात खोकला येईपर्यंत हूक भरली नि नुसतंच तोंड आऽ झालं. तोंडात मूठभर मातीचा आणि तिच्याबरोबर बारीक बारीक खड्यांचा चिखल झालेला. पार टाळ्यापर्यंत आडवं बोट घालून बाबूनं माती उपसून काढली..

"मरशील की तुझ्या आयला! किती खातंस माती. " पोरगं बाबाच्या डोळ्यांकडं बघत रडू लागलं. "खाणार का माती?" तरी मान हलली नाही. दुसरा दणका थोबाडात बसला. "काय म्हणतोय मी?" मग त्याला बोलूच दिलं नाही. त्याच्या दोन्ही गालांवर सपासप बाबूचे पंजे चार-पाच वेळा बसले.

त्याची बेजमी झाली. त्याच्याच अंगरख्याचा बोळा तोंडात कोंबून त्याचं तोंड स्वच्छ केलं आणि बखोट्याला धरून कोंबडीगत उचललं. आत नेऊन टाकलं.

पोरगं कळवळून रडू लागलं. म्हातारी येडबडून गेली. " आरं, आता परसाकडं बसलं हुतं की. "

"ते माती खाऊनच फरार त्येच्या भणं. "

चूल पेटवणारी सगुणा पोराचं रडणं ऐकून बाहेर आली. "केवढं मारायचं हो पोराला?"

"मरू दे त्येच्या आयला! शेवटाला माती खाऊन खाऊन मातीतच जाणार ते. काय उपयोग त्येचा? किती जरी औशीदपाणी केलं तरी फुटका डबा त्यो फुटका डबाच. माती खाईतच मसणाकडं जाणार त्यो."

तोंडात चाललेला शेंबूड काढून सगुणानं त्याला दारात नेलं नि कुल्लं धुतलं. काखेत घेऊन निरांजनाचं तबक आणायला गेली."

गल्लीत बारकी पोरं गांधीटोप्यांत दसऱ्याचा कुंभ घालून सोनं वाटायला इकडं-तिकडं उड्या मारत होती. एकमेकाला सोनं देत होती. बापाचा पटका काही पोरांनी आपल्या डोक्यावर ठेवला होता. येऊन बाबूला सोनं देऊन, कडाकणी- खोबरं खाऊन ती निघून जात होती. परंपरा पुढं चालली होती

सोनं वाटायला जाण्यापूर्वी बाबू घरात पाणी घ्यायला गेला... नारायण आईजवळ बसून कडाकणी खात होता.

'पटका बांधणार काय?' बाबूनं त्याला सहज विचारलं त्यानं बाबाकडं बघून गाल फुगवलं नि डोळे मोठे करून खाली बघू लागला. डोक्याचं ओझंही सहन न होऊन मोडू बघणारी काटकुटीसारखी मान बाबूला दिसली.

"ह्येला बाहीर सोडू नग गं. आणखी तोबरं भरंल." त्याला तिथंच ठेवून बाबू बाहेर गेला.

राधी म्हातारीबरोबर गोष्टी करण्यात गुंग होती. हिचं बोलणं तिला कळत नव्हतं नि तिचं बोलणं हिला कळत नव्हतं. तिला हळूच चुकवून बाबू बाहेर सटकला. दरवाजातनं बाहेर पडता पडता त्यानं वर पाहिलं. चौकटीच्या गंधवालावरच्या दिवळीत गोड्या तेलाचा एक दिवा जिवंतपणानं जळत होता. मोठा प्रसन्न आणि शांत, पिवळा प्रकाश दिवळी भरून राहिलेला. सबंध वर्षात त्या दिवळीला सोन्याची कळा आलेली होती.

सोनं लुटल्यागत दसरा-दिवाळीचे दोन महिने निघून गेले.

"दवाखान्यात बलीवलंय. " सायकलीवरनं येऊन एक पोरगा सांगून गेला

बाबूनं चटक्यासरशी टोपी घातली. पायांत लुडबुडणाऱ्या राधीला उचलून घेतलं नि तो निघाला.

"म्हातारे, नाऱ्याला संभाळ. माती खाईल बघ."

'हां.'

गेले आठदहा दिवस मनाची सारखी ओढाताण होत होती. सगुणा दवाखान्यात जाऊन पडली होती. तिच्या डाव्या पायातनं अधनंमधनं पेटके येत होते. घर, पोरं, गावातली कामं, मळा ह्यांत बाबू दिवसभर गुंतून पडत होता. पुन्हा सकाळ-संध्याकाळ दवाखाना.

आता तर दवाखान्यातला पोरगा दोन वाजताच यायला सांगून गेला. थांबलाही नाही...काय झालंय कुणाला दखल? हाता-पायात बळ न्हाई. सरळपणानं बाळंतपण झालं म्हंजे देव पावला. राधीच्या वक्ताला तर घुटमाळली हुती. आता तर हाता-पायांतला जीव गेल्यागत झालंय तिच्या... पोरगंबी का थांबलं न्हाई? का आणखी काय झालंय? देवा परमेसुरा! बघ बाबा, जगू वाचू दे. तुझ्या मनासारखी पूजा घालतो...

तो दवाखान्यात आला. बाळंतपणाच्या खोलीत सगुणा, डॉक्टर नि नर्स होती. घरचं माणूस जवळ असावं म्हणून बाबूला बोलावून आणलं होतं. दवाखान्यातल्या पोराच्या सांगण्यावरनं बाबू बाकड्यावर जाऊन बसला.

अर्ध्या तासात डॉक्टर गडबडीनं बाहेर आले. त्यांना बघताच बाबूनं नमस्कार केला. धुतलेला हात टॉवेलला पुसत डॉक्टर म्हणाले, "काही काळजी करण्याचं कारण नाही. बाळबाळंतीण ठीक आहेत. बसा; तवर आलो." म्हणून पुन्हा आत गेले.

दवाखाना एकदम फुलांनी फुलल्यागत बाबूला झालं. बाकड्यावरनं उठून तो फेऱ्या मारू लागला. रस्त्यानं येताना हातपाय ढळल्यागत झाले होते; त्यांत बळ आल्यागत झालं. राधीशी गप्पा रंगू लागल्या. तिला त्यानं समोरच्या दुकानातून लाडू घेऊन दिला.

घटकाभर गेला तरी डॉक्टर बाहेर आले नाहीत...मनात आणखी कसली तरी उत्सुकता राहून गेली होती.

शेवटी नर्सच्या ताब्यात पुढची सर्व व्यवस्था देऊन डॉक्टर बाहेर पडले. बाबू उभा राहिला. उपकाराच्या भावनेनं हसला. डॉक्टरांच्या मागोमाग चालला.

"थोड्या वेळात तुम्हाला त्यांना भेटता येईल. बसा इथंच."

"न्हाई म्हजे...' बाबू घुटमळला.

डॉक्टर हासले. "मुलगी आहे. मोठी छान आहे. जिलेबी!- बर्फी काहीतरी घेऊन या."

बाबूनं हासण्याला हासणं दिलं.

आता त्याच्या पायांतलं पुन्हा बळ गेल्यागत झालं. हातांच्या चौकोनीत घेतलेली राधी जडजड वाटू लागली. शक्ती गेल्यागत हात ढिले पडले. पुन्हा बाकड्यावर बसावंसं वाटू लागलं.

तासाभरात सगुणाला भेटायला मिळालं. मुलगी राधीगत गोरी गुटगुटीत होती. पण बाबूनं सगुणालाच डोळे भरून पाहिलं. घटकाभरानं तो घराकडं जायला निघाला.

घरात म्हातारीशेजारी नारायण पायावर पाय घालून थंड बसला होता. गाल फुगवून नि डोळ मोठं करून त्यानं आत येणाऱ्या बाबाकडं पाहिलं. बाबा बाहेरनं आला म्हणजे आऽ करायला लावून त्याला बहुतेक वेळा मारत होता, म्हणून तो हळूच म्हातारीजवळ सरकला. खाली मान घालून बोटांत बोट घालून ती चालवू लागला.

बाबू सोप्यात आल्यावर त्यानं हळूच राधीला खाली ठेवलं. उतरताना तिच्या हातात राहिलेला अर्धा लाडू फुटून खाली सांडला. ती रडू लागली. बाबूनं तो तिला कागदात गोळा करून दिला. पण तिचं रडू थांबेना. तिला दुसरा लाडू पाहिजे होता. बाबूनं तिला तशीच तिथं सोडली आणि तो नारायणकडं बघत त्याच्याकडं गेला.

तोंड रडवेलं करून नारायण म्हातारीच्या जास्तच जवळ गेला. बाबूनं न विचारताच त्यानं आऽ करून जीभ बाहेर काढून दाखविली नि मनोमन चपाटा खायची तयारी केली.

पण बाबूनं उचलून त्याला उराशी धरलं. हळूच सुजऱ्या गालाचा मुका घेतला नि उजव्या खांद्यावर त्याची मान टाकून घेतली. बऱ्याच दिवसांनी नारायणला अनपेक्षितपणे बाबाचा ऊर मिळाला. त्यानं बाबाच्या मानेभोवती नकळत हात टाकलं आणि हळूच वर सरकून जास्तच घट्ट बिलगला...बाबूच्या काळजाजवळची ऊब त्याला मिळाली.

संध्याकाळच्या स्वैपाकाचं बघायला म्हणून संतरामाची बायको आली तेव्हा बाबू आत घोंगडं आंथरून पडला होता. काळजाजवळ बिलगून धरलेला नारायण पुढ्यात होता. पाठीमागच्या बाजूला बसून राधी कशासाठी तरी रडत होती.

...संतरामाच्या बायकोनं स्वच्छ दिवा लावला नि सगळं घर त्या सोनेरी उजेडात भरून गेलं. भिंती त्या प्रकाशात स्वाभिमानी दिसत होत्या. खुंट्यांचे न मिटलेले डोळे नारायणावर स्थिर झाले होते आणि नारायण शांतपणानं भिंतीकडं पाहत बसला होता.

◆

कंदुरी

"आलास काय?"

"आलो आलो. "

काड्यांच्या पेटीच्या चितरांचा खेळ आवरून हेंदू आला. तिनं काल सांजचंच बाजार करून आणला हुता. हिंगजिऱ्याच्या पुड्या, पाच नाराळ, हळकुंडं फुड मांडून बसली हुती.

"हे बघ, दादू आताराच्या दुकानला जा. उदकाड्यांचं एक झाड घेऊन ये."

सांजंला दाखवायच्या निवदात ते कमी हुतं... मुंडी, फुडचं दोन पाय, पोळी-भात नि उदकाडीचं झाड...त्यो झाड आणाय बाजारात पळाला.

उरसाचा भरचक्का तिसरा दीस. कंदुऱ्या जेवाय गोरल्या उठल्यागत परगावची माणसं गावात जमलेली. सकाळधरनं गैबीकडे ये- जा. पोरं गैबीच्या दरग्यात रेंगाळतेली. त्येला वाटलं, दरग्यात जाऊन पर्सादाची पेढं- साखर मिळती का बघावं.. घटकाभर थांबून त्यो आत गेला. कोणच पेढं- साखर वाटत न्हवतं. गैबीला फेरी मारायला त्यो बाजूच्या चिच्चंकडं गेला नि पन्नासभर पालव्या- बकऱ्यांचा माना सोडीवलेला ढीग त्येला दिसला... पोटातली आतडी कालीवल्यागत झालं. उदकाडीचं झाड घेऊन दन्नाट पळाला.

"न्यारी कर."

"वाढ."

त्येचा वास लागून शेरडं गोठ्यात 'व्याऽ' करून वरडली.

लाललाल तेलाचा तवंग असलेली आमटी वाटीत वाढली.

"मला भाकरी नगं. नुसता भात घाल."

भात घाटला.

'दूध.'

"दूध थोडंच हाय. सांजंला माणसं येणार हाईत; त्यास्नी च्याला पाहिजे. आमटी-भात खा आजचा दीस. आमटी चांगली झालीया बघ." ...येशेल तेल भरपूर

इकत आणलं हुतं. सांजच्याला लागणार हुतं. त्यातलंच आमटीला वापरलेलं.

"नग बाई. लई तिखाट दिसतीया."

...आमटी भातावर घेववंना.

आईनं दुधाचा टाक सोडला म्हणाय सोडला नि त्येनं तसाच भात पोटात कोंबला.

"लवकर शेरडं घेऊन जा नि लवकरच ये. कंदुरी करायची हाय सांजच्याला."

"कंदुरी?"

"हां! पालवं कापायचं न्हवं आज?"

"खंड्या?"

"हूं."

"नग गं बाई."

...चिच्चंच्या झाडाबुडचा ढीग.

"... ..."

"दुसरा कुठला तरी पालवा घेऊन कापा जावा."

"आरं, देवाला सोडलाय त्येला. "

"ते मला ठावं न्हाई. तुमचं तुम्ही कायतरी करा जावा तिकडं. खंड्याला न्हाई मी कापू देणार."

"न्हाईतर न्हाऊ दे. सांजच्याला लवकर ये... उरूस बघाय जाणार न्हवं?"

"तर." ...दुपारधरन उरसाला दाटण भरत हुती. त्येच्या मनाला कुठंतरी खडा बोचला. "खरं तू खंड्यापायीच लवकर ये म्हणतीस."

"न्हाई बाबा. गोडं जेवाण करून कंदुरी घालू म्हण जा."

तीन शेरडं पांदीनं मळ्याला चालली. दुधाची शेळी असलेली खंड्याची थोरली भण. त्येची गाभणी आई. त्येंच्या पाठीमागनं खंड्या. हेंदूच्या हातात बाबाची उनउनीत न्ह्यारी. लोटक्यातली आमटी डचमळून फडकं लाललाल हुईत चाललेलं...बेनं रगात किती सांडलंय त्या चिच्चंबुडी. धा हांडं रगती झाली असंल. तिखाटडोंब. ईस हांडं मास. एवढं खाणार कोण? समद्या गावानं खाल्लं तरीबी पाच हांडं उरंल... न्हाईतर रातचं बसून गैबी खाईत असंल! चिच्चंच्या झाडागत दांडगाच्या दांडगा... दरग्यातली दाढीवाली फकिरं कावळ्यागत टपून बसली हुती. एकेकाच्या झिपऱ्या भुतागत, दाढ्या...हॉऽऽ म.

शेरडं टेकडावर चढली नि त्यो मोटंवर आला. बाऽची न्ह्यारीच्या गठळ्याकडं नजर गेली.

"पालवं कशाला आणलंस?"

पोटात काळं पाणी ढवळलं.

“तिनं काय सांगिटलंय.”

“काय न्हाई.” मग त्येच्या धेनात आलं. “मला लवकर यायला सांगिटलंय.”

“शेरडं घेऊन?”

“हां.”

...आणखी कसला तरी खड्डा पडला. “सांजसं उरूस बघायसाठी लवकर यायला सांगिटलंय.” त्येनं आपली नि बाऽची एकदम समजूत काढली.

टेकडावरनं उतरून पत्त्या न्हाई ते पालवं आवडातलं माळवं शेंडलत हुतं. न्ह्यारी करणाऱ्या बाऽची नजर गेली नि त्येनं गाप्पदिशी तुकडा गिळला.

“पालवं उलाथलं बघ माळव्यात. ते आलंय कातीला... ती समदीच शेरडं ताण तिकडं सारावर.”

त्यो पळाला. काळीज आड्याला टांगल्यागत झालं. खंड्याला हुशिकलं नि समदी शेरडं सारावर न्हेली. ...खंड्याला कापणार वाटतं. उद्या दोनच शेरडं टेकडावर दिसणार...आयला, येतंय ते येतंय नि सदा माळव्यातच घुसतंय. मग बाऽचं डोसकं फिरतंय. मर आता...बेना, आजचा दीसच चांगला न्हाई. सांज झाल्यागत वाटाय लागलंय.

वर आभाळआत पांढरं ढग आलं हुतं. शेरडं सारावर दात घासू लागली. हिरवंहिरवं बघून रोजच्यागत खंड्या उसाकडंनंच चरू लागला. त्येला वर ढग आलेलं ठावं नव्हतं. रोजचीच सकाळ समजून त्यो पिकावर डोळा ठेवून हुता. माराचं भ्या कसलं ते न्हाई. भुकंच्या पोटी घसासा पिकात घुसत हुता. हुसकलतानं गावंल तेवढा मोठा घास करून बांधावर येत हुता.

मोटा सुटायच्या वक्तापतोर चरून शेरडांची पोटं वर आली.

“पाणी पाजून आण रे शेरडं खोपीकडं.” सुटलेली बैलं घेऊन जाता जाता बा बोलला. ऊन झणझणाय लागलं. दीस जरा जरा सारखा फुडं सरकत हुता.

शेरडं पाटाकडं हुसकलली. हुंबराच्या गार सावलीबुडी पाटात तुंबीवलेलं पाणी. पाण्याच्या पाया पडाय टेकल्यागत खंड्यानं काठावर दोन्ही गुडघं टेकलं नि खाली मुंडी घालून पाणी प्याला. पांढऱ्याघोट गळ्याचा घाटा घोट गिळतानं पाठीमागं यायचा नि पाणी आत जातानं घुळूक करून वाजायचं.

फुर्रफुर्र करून नाका-तोंडाला डसलेलं पाणी त्येनं उडीवलं. खांद्याजवळ तोंड पुसून उसाकडं खोल डोळं लावून गप हुबा ऱ्हायला. मन थंड झालं...सालभर ह्या उसाला पाणी गेलं नि सारावर हिरवाट फुटलं. अधनंमधनं उसाच्या कवळ्या सुरळ्या खाऊच्या पानागत मिळाल्या. खांड-पाटाची गारेगार शिवरी. गेल्या साली ह्याच उसाच्या आवडात हिरवंगार माळवं फुललं हुतं नि ते पोटभर शेंडलेलं हुतं... माळवं कायच बोललं न्हाई. ऊसबी कायच बोलला न्हाई. फरं नि मानगूट गरगरीत भरलं.

रुबाब बघून शेळ्यांनी मन घाटलं. बाळसेदार पांढरीघोट त्यांस्नी करडं झाली. –पाणी प्याल्यावर हुंबराबुडी पडलेली दोनतीन हुंबरं त्येनं सुपारी टाकल्यागत तोंडात टाकली नि भरल्या पोटानं खोपीपाठीमागच्या बेलाच्या झाडाकडं चालला...बांध त्येच्याबुडी हिरवं हिरवं हातरून पडला हुता.

बेलाच्या गार सावलीत तीन मेखा. तिथं ह्येंची उघड्या वाऱ्यावरची उठाय-बसायची निवांत जागा. तीन मेखांस्नी तीन दोऱ्या. वर बेलाची झळझळणारी चवरी. त्या उनाचं एवढी गार सावली बघून त्येनं उगंचच आडव्या तिडव्या फेऱ्या भणीच्या फुडनं मारल्या. खोड्या केल्या...धाकटा भाऊ म्हणून भण गप बसली. दीस वर आभाळात सरकतच हुता...सावलीत त्येचा दूम लागत नव्हता.

पोट भरलं हुतं म्हणून पळापळ न करता त्यो आपल्या जाप्त्याला जाऊन हुबा ऱ्हायला. हेंदूनं त्येच्या गळ्यात हात टाकून दावं लावलं...सुखाचं आणि सावलीबुडचं दावं. तसल्यात वर ढग आलेलं. जवळच पडलेल्या झडक्या खराट्यानं त्येनं कालच्या लेंड्या बाजूला सारल्या नि बसायला जागा निर्मळ केली. फुडच्या बाजूला आत जायला नुसतं एक दार असलेली खोप. तिच्यात आत आत जाऊन बाऽ अंधारात खुरपं हुडकत बसलेला.

जेवणं द्यायला आई गडबडीनं आली.

"माळव्याच्या आवडात जा नि कोथमीर चार मुठी घेऊन ये जा रं." जेवून झाल्यावर तिनं हेंदूला सांगिटलं.

त्यो पाटाकडनं माळव्याच्या आवडात गेला. चार-पाच मुठी झाल्यावर हातातनं घेऊन आला. त्येच्या हातात हिरवंहिरवं बघून खंड्या चटाकदिशी उठून हुबा ऱ्हायला... त्येला वाटलं, कोथमीर आपल्यासाठीच आणली...ब्यांऽऽ हंऽ हंऽ हंऽ.

आपल्या कट्ट्यावर बसून आई नि बाबा बोलत हुतं.

"...पोळ्या केवढ्याच्या करणार?"

"पोळ्या नुसत्या निवदापुरत्या करायच्या हाईत. बाकीच्या चपात्या नि भाकऱ्या कराव्यात म्हणती. ...खारं जेवण. पोळ्या कोण खाणार?"

"ते तरी केवढ्याचं करणार?"

"गहू– जुंधळं तीन-चार, तीन-चार पायली काढल्यात."

"सपतील काय ग एवढं?"

"न्हाई न्हाई म्हटलं तरी पन्नाससाठ माणसांची पंगत पडंल. खारकांड असलं म्हंजे दिडाच्या जागी दोन खातंय माणूस."

त्येनं आईजवळ कोथमीर न्हेऊन दिली. माळावरच्या उनाकडं बघवंना झालं हुतं तरी त्यो खोपीच्या दारात जाऊन तिकडं बघत बसला.

"तासभर दिसालाच पोराला लावून द्या. नीट करून हांड्यात पडायला दीस

बुडंल.'' मोकळी भांडी नि कोथमीर बुट्टीत घालून ती तयारी कराय घराकडं गेली. बाऽनं धगटीतला इस्तू काढून ढेकर देत चिलीम तोंडाला लावली. गुंगी आल्यावर त्यो घोंगडं दुहेरी टाकून कट्ट्यावर आडवा झाला.

माळावरचा दगडं-धोंडं उनाच्या झळात इरघळून चालली हुती...पालवा नक्कीच कापणार. ह्येंच्या आयला ह्येंच्या, समदीच खोटी बोलत्यात. खंड्या का ह्येंच्या बाऽचा न्हवं. बांधाकडंचा मुगुरा नि झाडुरं घालून मी थोरला केलाय. साऱ्या पावसुळ्यात माळाला भिजत चारून वाढीवलाय. त्येच्या मूत-लेंड्या ह्येंनी एकदा तरी बाजूला सारायच्या हुत्या. अंगाचा वास मारतोय म्हणून शेरडं लांब बांधत्यात बेनी. घसासा वैरणी घालतानं मनगटातल्या नाड्या तुटल्यात आमच्या. एकदा तरी त्येच्या फुडं ह्येनं वैरण टाकायची हुती. आता आयतं कापाय आल्यात व्हय! जीव घेईन एकेकाचा.

रडकुंडीला येऊन त्यो उठला. आत बाबाकडं बघिटलं. मिशाबुडी त्येचं तोंड घरघरत हुतं. मधनंच मचाक मचाक जिभळ्या चाटत हुतं. नरड्याचा वर आलेला घाटा मागं-फुडं व्हायचा... बेस खाईल आयता बसून. बैलाचा पू खाऊ दे आपल्या.

बैलांसाठी उसातली तीन-चार पेंढ्या शिवरी कापून खोपड्यात ठेवली हुती. त्यांतली एक पेंढी नेऊन त्येनं बसायच्या पोत्यात घाटली नि बेलाकडं गेला... भवतीनं माळ इतळून पातळ हुतेला.

सकाळधरनं खाल्लेल्या चाऱ्याची डोळं मिटून खंड्या चव घेतेला. रवंथ करतेला. त्येच्यापुरती तरी गारेगार सावली हुती. हेंदूनं त्येच्या शेपटीत हात घाटला. बैठकीच्या पैलवानागत त्यो डोळं उघडून चाटकरून उठला. हात मारून हेंदूनं अंगावरची काडी-कसपाटं झटकली.

"...निजलाईस व्हय रे?"

हंऽ हंऽ हंऽ

... "ऊन कसलं पडलंय, मर्दा. चल तळ्याला जाऊ या.'' त्येनं त्येच्या डोळ्यांत बघिटलं. डोळा डोळ्याला भिडला...मुंडकं त्येच्या खांद्यावर टाकून गळ्यात गळा टाकला...मऊ ऊबदार मुंडकं. डोळ्यांची उघडझाप करताना मानंला बारीक गुदगुल्या करणाऱ्या पापण्या. मऊशार व्हटाळी थरथरतेली... त्येनं त्येचा 'माट्ट' करून मुका घेटला. मान तशीच खांद्यावर टाकून मेखंची दोरी सोडली.

"चल. दसऱ्याला आंघूळ घाटली तशी आंघूळ घालतो.'' इतळत चाललेल्या माळात दोघं जणं इतळून बुडाली... जय मिळवून निशान घेऊन पळाल्यागत खंड्याचं वागणं. राजाची ऐट. दाढी धरायची कुणाची हिंमत न्हवती. ऊन कवाच बुळं होऊन माळावर बसलं नि मनातला दसरा उजाडला...हिरवा नि तांबडा इकत आणलेला रंग. त्या रंगाच्या पांढऱ्याधोट अंगावर भेंड्या केलेलं सोनं... आवंदा

गुऱ्हाळात सुतार आल्यावर खंड्यासाठी गाडी करून घ्यायची. रोज सकाळी गाडीतनं मळ्याकडं जायचं नि म्हशीचं दूध घेऊन यायचं. पुन्ना न्ह्यारी नि शेरडं घेऊन मळ्याकडं. झ्यागीरदार बग्गीत बसल्यागत हातात चाबूक. तवर खंड्या उराएवढा दांडगा हुईल. गर्दन भरली की चौघांस्नी वडंल...

तळ्याच्या काठावर जोडीच्या दोस्तागत हुबं ऱ्हायलं. डोसकं चाचपलं. शिंगं हातानं दाबून बघिटली. बारकी हुती खरं घट्ट हुती. तसाच दोन्ही पायांवर हुबा करून रेटा देऊन मागं सारला. खंड्यानं डाव वळीखला. पाठीमागं पडायच्या बदली दोन्ही पायांवर पट्टीच्या पैलवानागत मागं सरून हुबा ऱ्हायला.

"ब्याऽ फ्याप् फ्याप्." हुबा न्हाऊन फुडं आला नि त्येच्या हातावर नेटकी धडक दिली. पुन्ना मागं सरला. पुन्ना धडक. तिसरी धडक हेंदूनं चुकवली...चुरशीची ठिणगी. हेंदूचा खट्याळ चुकारपणा. मग पळणं. खंड्यानं " फ्याप् फ्याप्...भितंस का" म्हणत केलेला पाठलाग. मग फसवाफसवी. पोटात दिलेली गुच्ची...पाठीमागनं जाऊन घडाला हात घाटला.

"ब्याऽ अहंऽऽ हंऽऽ" म्हणून खंड्या उलटा फिरला. डोळ्यांत पुरुषी रोख धरून चाल केली. चतुराईनं चुकवून हेंदूनं त्येच्या गळ्याला मिठी मारली नि चिकटून गच्च बसला. फिटंफाट झाली.

अंगावरची कापडं काढून खंड्यागत उघडा झाला नि त्येनं तळ्याकडं बघिटलं. भवतीनं फोंडं माळरान. दगडं नि फुकूटा तापून त्येची धगधग हुतेली. मधीच तेवढं तळ्याचं गारेगार पाणी. मुठीत बारकं-बारकं खडं घेऊन त्येनं तळ्यावर चार-पाचदा पाऊस पाडला. चुबचुबून शेकड्यावारी गुंडगुळ्या लाटा उठल्या. मोठ्यामोठ्या हुईत एकमेकांत मिसळल्या. तळं आभाळाबुडी हासलं. खंड्या हळूच जाऊन त्येचं पाणी प्याला...सगळीकडं पसरून सगळ्यात न्हाईशा झालेल्या लाटा. हेंदू नि खंड्या त्यात मिसळलं. गुडग्यापतोर आत गेलं.. खंड्याचं अंग गारेगार. हेंदूचं गुडग्यापतोरचं पाय गारेगार. मन आवरलं न्हाई. खंड्याबरूबर बुचकुळी मारली. त्येचं अंग कवळ्यात धरून पाण्यात दाबलं. आपूण बसला... पाण्यावर नुसती दोन मुंडकी जोडीनं अंतराळी तरंगताना दिसली.

वसाड माळावर हेंदूच्या नावानं लांबपतोर एक हाळी घुसत गेली नि हेंदू काठावर आला...दीस मुंगीच्या पायानं फुड सरकून बराच कलला हुता. अंगावर कापडं घालून त्यो नि खंड्या वल्ल्याच अंगानं खोपीकडं गेलं.

"कुठं गेलतास रे?"

"तळ्याला."

"आणि पालव्याला कशाला न्हेलतास?"

"धून आणला."

"सुक्काळीच्या एवढ्या उनाचं तुला कुणी ह्यो उद्योग सांगिटला हुता? उनानं माळाचं लांबडी-बिबडी हिंडत्यात; फोडतील की. सांजपतोर का पालवं मरत हुतं, धुतलं नसतं तर!" ढगाची सावली पडली नि त्येचा चेहरा उतरला.

बेलाबुडी खंड्याला बांधून, शिवरी घालून त्यो खोपीत आला हुता. बा चिलीम वडून बैलांस्नी वैरण टाकाय खोपड्यात गेला. हातात तीनच पेंड्या शिवरी आली.

"आणि एक पेंडी रे?"

"खंड्याला टाकली."

त्येच्या पाठीत काम्म करून कमका बसला नि मरणाची हूक भरली.

"व्हैमालीच्या, मोटा वडून बैलांची आतडी तुटल्यात म्हणून शिवरी कापून आणली हुती. ती बोकडाला घाटलीस व्हय? त्येचं कोरड्यास हागून जाईल की उद्या सकाळला मातीत. सांजपतोर ती शेरडं तरी सोड; न्हाई बेलाच्या झाडाला उलटा टांगला तर इचार. आदूगर त्यो इळा घे नि तिसऱ्या खांड-पाटाला जाऊन खच्चून कवळाभर शिवरी कापून आण. जर का शिवरीबिवरीचं शेंडं मोडलं तर चमडं सोलूस्तर चाबकाचं वादाडं देईन."

मुंडी उरावर टाकून इळा घेऊन हेंदू उसाकडं चालला. बेलाबुडी खालमुंडीनं खंड्या गपागपा शिवरी खातेला. आंघूळ करून आल्यावर त्येला मेवा मिळाला हुता. दीस घसारतीला लागल्यागत उतरत चाललेला. बाऽनं चतकूर तुकडा खाऊन बैलं मोटंला सोडली.

चारपाच पेंड्या शिवरी झाली. उसाची पानं हातापायाला टराऽरा कापून कुसळं अडकून मोकळी हुईत हुती. अंग घामट होऊन चुरचुरतेलं. मुठी एका जागी करून त्यो उसातच त्येंच्यावर बसला. हळूच कलंडला. गालाला गारेगार आधार झाला. त्येला वाटलं, खंड्याला आणून हितंच बसून हूंऽ म्हणून रडावं... समदं सांगावं. रडून गारेगार शिवरीवर मग उपाशीच खंड्याला घेऊन निजायचं. रातभर तसंच. मग आपूआप कंदुरीचा दीस जाईल. बाऽला दुसरं कुठलं तरी पालवं आणून कंदुरी करावी लागंल... तीन दीस आपूण हितंच गप बसायचं. खंड्याला ही शिवरी. मी ऊस खाऊन ऱ्हाईन. आयला, तळ्याच्या पलीकडं लांब लांब आभाळ टेकलंय. तिथं जाऊन दडायला पाहिजे... टेकडावर चढल्यागत आभाळावर चढायचं. वर नुसतं ढगांच्या बल्लाव्यानं हिरवंचार झालेलं मोकळं रान असंल.

"आरं हेद्या ऽऽ! मेलास काय तिकडं?"

त्येच्या कानावर खच्चून हाळी आपटली. डोळ्यांवरची पेंग उडाली नि खाडदिशी जाग आली. गपदिशी शिवरी घेऊन त्यो बाहीर आला. बघतोय तर दीस पार उतरणीला गेलेला. म्याऽहंऽ हंऽ करत खंड्या त्येची वाट बघत हुबा ऱ्हायलेला. मानंचं दावं सुटावं नि मोकळं व्हावं, असं त्येला वाटत हुतं. बेलाची सावली

पायाबुडनं सरकली हुती नि किरणं हातात धरलेल्या सळीगत तिरपी होऊन अंगावर येत हुती.

"ती शेरडं सोड नि घराकडं जा."

"घटकाभर चारतो की."

"आत्ता हितनं फुडं कवा चारणार? उसात दोन तास तिकडंच उलथलास. जरा आदूगर येऊन चारली असतीस तर? जेवाणवाली आचारी माणसं येऊन खुळांबून बसली असतील तिथं."

गळा आवळल्यागत झाला. त्येनं शेरडांच्या माना मोकळ्या केल्या. चराय उशीर झालेली समदी शेरडं सारावर पळाली नि चटाचटा मुगुरा येचू लागली. हातापायातलं बळ गेल्यागत त्यो त्येच्यामागनं आला.

"आरं, जा की घराकडं. मूठभर शिवरी घेऊन न्हे जा हाताతనं. मागनं येतील बघ पळत."

आवरलेलं मन ढासळल्यावर त्येनं एकदम भोकाडच पसरलं... दीस बुडाय गेला म्हणून खंड्या गपागपा खाऊन घेऊ लागला. किरणं पार आडवी होऊन अंगावरनं, मानंवरनं सरकून फुडं जाईत हुती.

"खंड्याला कापायचा न्हाईऽऽ." त्यो फुटलेल्या आवाजानं म्हणाला... दीस फुडं सरकतच हुता.

"का? कापल्यावर गट्टाटा खाशील की पॉट कुसाडीला लागूस्तर."

"मला नगं जेवाण."

"नगं तर ऱ्हाऊ दे जा. गाव समदं खुळांबलंय तिथं."

"मी न्हाई."

"ह्यो चाबूक बघिटलास काय हातात."

"... ..." चाबकाकडं बिनबघताच त्येनं मुसमुसून खंड्याला हातातली दोरी लावली नि त्येला घेऊन तळ्याकडं चालला... एकटा पोकळ माळ. तिथं कुणी येणार न्हाई.

"आरं तिकडं कुठं? - घराकडं, घराकडं."

"मी तळ्याला जाणार."

बाऽनं तिथंच मोट सोडली. चाबूक खांद्यावर घेऊन त्यो पळत आला.

"ह्यो चाबूक बघिटलास काय?"

"असू दे."

"उलटून की रं बोलतंय खेच्या आयला, गुडग्याएवढं न्हाई तर." पायाच्या लवणी गवसून वादाडा वडला. पोरगं मुतलं. नाचाय लागलं. खंड्या येडबडून हुबा ऱ्हायला. दीस बुडतेला... जमिनीच्या मानंवर टेकून आत घुसतेला.

“न्हेतोस का न्हाई घराकडं?”

“मी न्हाई जा.”

दुसरा वादाडा. हात निखळल्यागत काखंजवळ हिसका बसला. खंड्याची दोरी ह्येच्या हाततनं त्येच्या हातात गेली... मेलेल्या कुत्र्याला वडल्यागत खंड्याला वडून न्हेलं. हेंद्या तिरमिरीनं तळ्याकडं पळाला.

“जान्या, मोट सोडून बैल व्हे जा रं खोपीकडं. शेरडं घराकडं घालवून येतो.” उसातल्या गड्याला बाऽनं हाक मारली. शेरडांस्नी चाबकाचं वादाडं देऊन पांदीत घाटलीबी.

पाण्यात बुडालेल्या डोळ्यानं हेंदूनं ते बघिटलं नि माळावर तिथंच बसला. आयला, ह्या बाबाच्या! त्या देवाला न्हेऊन पुरला पाहिजे जित्ता वड्यावर. त्या सुक्काळबेन्या माणसांस्नीबी. लेंड्या खावा म्हणावं खंड्याच्या. न्हाईतर जावा इरड करायला हागणदारीत...

धडपडून त्यो उठला नि पांदीनं लगालगा घराकडं चालला. दीस बुडून पांदीत किनीट पडली हुती... खंड्याला हात तरी लावू द्यात. डोसक्यात धोंडाच घालतो एकेकाच्या. ह्येंच्या का बाऽचं पालवं न्हवं काय न्हवं...

कुडत्याच्या सोग्यानं नाक पुसत त्यो फुडच्या दारात आला. रझ्याक मामू नि बाबा सोप्यात बिडी वडत बसलं हुतं.

“काय रं पोरा, काय म्हणतोय तुझा बा? पालवा कापू देत न्हाईस व्हय रं? आरं, गावचा आत्मा थंड तर पालव्याचा आत्मा थंड. हाऽ हाऽ हाऽ.” मामू जबडा पसरून फतागड्या दातांनी हासला. धुऊन ठेवलेली काळीकाळी सुरी त्येच्या बाजूला तशीच वल्ली पडली हुती. हेंदू तसाच आत गेला.

“आई-”

“का रं?” पेटीवलेल्या दोन चुलींच्या धुरातनं ती बोलली. बायका भाकरी-चपात्या करतेल्या. मसाल्याचा वास.

“खंड्या कुठं हाय?” गोठ्याजवळचं दार झाकलं हुतं.

“तिकडं देवाकडं केलाय. देवाला नुसता दावून आणायचा हाय.”

“त्येला कापला असंल.” त्यो दार उघडायला चालला.

“न्हाई रं.” ती त्येच्या आडवं आली.

“मी देवाला जातो.”

“जा... तसाच उरूस बघून ये जा.”

हेंदू फुडच्या दारापतोर गेला. मामू सुरी धडप्यात गुंडाळून उठला हुता.

“जातो मी. किशाला फरा ठेवायला सांग.” मामू बाऽला म्हणाला.

“सांगतो की.” बाऽ.

हेंदू तसाच परत पळत आला नि त्येनं धाडदिशी दाराची कडी काढून पायरीवरनं उडी घेटली... भर मधासाला दोरी लोंबत हुती नि पाठीमागचं दोन्ही पाय एकमेकांत अडकून उलटं टांगलं हुतं. जवळजवळ सगळं सोलून झालं हुतं. खंड्याच्या आकाराचा लाल गोळा उघडा हुईत खाली ठिबकत हुता... धावंवर पाणी शिप्पडल्यागत रगत. हेंदूला हुंदकाबी फुटंना. डोळ्यावरच चमडं कापून न्हेल्यागत तसाच बघत हुबा ऱ्हायला. बाजूला ठेवलेल्या ताटाकडं त्येची नजर गेली. ताटात उघड्या गरीब डोळ्यांची रगतात लदबदलेली मुंडी. खाली पडलेलं कान. मिटलेली बापुडवाणी व्हटाळी. शेजारी गुडघ्याखालचे फुडचे दोन्ही पाय...

"ई ऽऽऽ"... मुंडी धडावरनं येगळी झाल्यागत हेंदू आतड्यातनं वराडला. सगळं लाललाल उजाडलं. भवळलेलं पाय वर आड्याकडं उचललं... आवळत चाललेल्या खालच्या व्हटात दात घुसत गेलं नि खाली रगत टपटपून रगतात मिसळलं.

◆

पाखरं

दुपारी चार वाजताच नामा गाडी जुंपून गावात चालला. जनाच्या घरासमोरच राहत होता. म्हसरं पाळून आई दुधाचा धंदा करत होती नि नामा जनाच्या मळ्यात नेमानं रोजगाराला जात होता. सकाळच्या मोटा सोडल्यापासनंच तो कामाला लागला होता. गाडी आणि बैलं दोन्हीही धुतली. तेव्हापासनंच त्याचा हात जड झाला होता. सकाळी शिर्पानं जेवण आणल्यावर तर नामाला वाटलं होतं, आता ह्या मळ्यात काय राम नाही. आता जना दुसऱ्याची. आपूण नुसती आता बैलांची शेण काढायची नि आलेला हिरवा-दुरवा तुकडा चावून खायाचा. जनाच्या हातचं आता कुठलं मिळणार? थट्टा मस्करीबी न्हाई.

गेले पंधरा दिवस जनी घरातच होती. जनीचा भाऊ, शिर्पाच जेवण आणत होता. पण आज जनीच्या लग्नाच्या दिवशी त्याला ते जास्त जाणवत होतं. चाकोरी तुडवत खाली मान घालून बैल गावाकडं चालली होती. गुंड्याच्या धावंपाशी ती आली नि थांबली. गुंड्याची धाव वाटेवरच. त्याची मोट चाललेली. बैल मोट ओतून शेंड्यालाच थांबलेली. गुंड्या धावंवरच्या चिंचंच्या शेंड्यावर मोट उभी करून बघत उभा राहिला होता.

''ए ऽगुंडाप्पा, बैलं मागं घे की, काय एवढं न्हाळून बघाय लागलाईस?''

गुंड्यानं लाक्दिशी हलून पाठीमागं बघितलं. शेंड्यावरचं काळं पाखरू क्याक क्याक करत उडून गेलं नि त्याच्या पाठोपाठ एक कावळाही उडाला.

''आयला! त्या पाखराच्या मागं ह्यो कावळा तासभर झालं लागलाय बघ. पर त्येला काय ते गावत न्हाई.''

''न्हाई गावू दे. बैलं घे सारून मागं. लगनाला येणार न्हवं?''

''तर, अजून बराच अवकास असंल की.''

''दीस बुडता बुडता.''

''तू बरा लवकर चाललाईस?''

''माचा बांधायचा हाय वरातीचा. बाकीचं व्हय-न्हवं बघायचं हाय.''

गुंड्यानं बैल सारली नि नामाची गाडी धावंवरनं पुढं गेली. गुंड्यानं उगचंच दाढीवरनं हात फिरवला. सकाळच्या मोटा सोडून तो गावात गेला होता. आणि त्यानं न्हाव्याकडनं चेहरा नि दाढी गुळगुळीत केली होती. मोटंवर तो मोठ्यानं लावणी म्हणू लागला.

नामाची गाडी माळावरनं घराकडं चालली. शिध्याच्या म्हसरांचा कळप वल्लाटाला दात घासत होता आणि शिध्या भरमकराच्या मळ्याकडं तोंड करून पळत होता. त्याला सारखी दमवणारी फळकर रेडी त्याच्यापुढं पळत होती... सगळ्या माळभर दोघांची वरात निघाली होती. नामाची बैलं मुकाट्यानं खाली बघून गावाकडं चालली होती... लगनाला ये म्हणून शिध्याला सांगावं, असा त्याचा विचार होता.

ढोलगं आणि ताशा झडझडून वाजाय लागलं आणि नामाच्या हुरद्यात धडधडाय लागलं. मांडवाच्या कोपऱ्यात तो काळीज कापून नेल्यागत उभा राहिला. साबण लावून धुतलेलं कुडतं घालून आणि धोतर नेसून गुंड्या आला होता. वाटंनं येतानाच त्यानं पान खाल्लं होतं. शेवटच्या अक्षता टाकून पान-सुपारी घ्यायला हात झाडत हसत तो मोकळा झाला.

नामानं तांदूळ पडताना पाठीमागं बांधलेलं हात हळूच सोडलं होतं नि तांदळाची घामेजलेली मूठ सैल करून थोडे तांदूळ जनीच्या बाजूनं टाकून दिलं होतं. ते तिच्यापर्यंत जाऊन पोचलंच नाहीत. तांदळांचीच इच्छा दिसत नव्हती. जनीला ते कळलंही नाही आणि नामाच्याही ध्यानात आलं नाही. अंतरपाटापलीकडं दिसणारे लाल जोड्यांतले काळसर पिवळे पाय मात्र तिला अधूनमधून दिसत होते.

अक्षता पडल्यावर ती आणि तिचा लाल जोडे घातलेला नवरा घरातल्या देवाला जाऊन आली. देवाला जाताना खोलीची गिड्डी चौकट नवऱ्याच्या कपाळाला बाडदिशी बडवली. कपाळावरचं बाशिंग चेचून चपटं झालं. झान झान झान कळ येऊ लागली. जनीपुढं सगळं सहन करून तो अधिक वाकून पुढं देव्हाऱ्याजवळ गेला. भवानीची पिवळी मूर्ती आपले पांढरे डोळे अधिकच मोठे करून जनीकडं बघू लागली. नवरा देवीच्या पायांवर कळा येणारं डोकं तसंच ठेवून परत फिरला. जनी त्याच्या मागोमाग चालली.

दोघे जण घटकाभरनं जाऊन बोहल्याच्या माचावर बसली नि पोरीबाळींचं हौशी पोरांचं, पै पाव्हण्याचं सेस भरणं चालू झालं.

गुंड्या मांडवात घोटाळत होता. जनीच्या भावाचा हात धरून तो माच्याजवळ गेला. पान-सुपारीची बरीच पानं गोळा केली होती. त्यातलं एक पान त्यानं शिर्पाला दिलं.

"खा पान."

"हाऽ" जनीचा भाऊ शिर्पा.

“म्हटलं, काय जरी झालं तरी तांदूळ चुकायला नगंत. घरचंच हाईत. तवा घटकाभर मोट आदूगर सुटली तरी पत्कारलं; कसं?”

“व्हय की.”

नवरा बैलागत डोळं मोठं करून त्याच्याकडं बघत होता. गुंड्या हासला, “पान खाता का न्हवरदेव?”

“द्या की.”

त्याच्यासंगं बोलता बोलता त्याच्या कातरलेल्या राठ राठ मिशा गुंड्यानं बघितल्या. “घ्या कात.”

हातावरची घट्ट आणि चरबट काळी कातडी बघून तो मनातल्या मनात म्हणाला- आयला! पैलंच्या जन्मी रेडा हुता का काय रं ह्यो? - नवऱ्याच्या हातात तंबाखूची चिमूट देऊन त्यानं माच्याखाली खच्चून थुंक मारली, मग काहीबाही बोलू लागला. नवरा गडगडून हासू लागला.

एवढं मोठ्यानं बोलत होता तरी जनीची मान खालीच. तिच्या पुढ्यातल्या ताटातल्या जिवंत निरांजनाकडं ती टक लावून बसली होती. माणसं येत होती, जात होती.

घटकाभरानं जरा पातळाई झाली नि गुंड्या पुन्हा चंची सोडत शिर्पाला म्हणाला, “सेस तरी भरतो तिच्या आयला.”

“भर की.”

पहिल्यांदा नवऱ्याची सेस भरून त्याच्यावरनं नाणं त्यानं ओवाळून त्याच्या पुढ्यातल्या ताटात टाकलं. मग तांदळाच्या ताटातलं भरपूर तांदूळ घेऊन जनीच्या दोन्ही मांड्यावर पाची बोटं रुतवली. तिथं थोडं तांदूळ ठेवलं. मग हातांच्या सांध्यावर, कमरेपाशी, मग खांद्यावर आणि मग डोईवर. तीनदा असं केलं नि तिच्यावरनं चकचकीत दोन नाणी तिच्या ताटात टाकली. जनीच्या अंगावर भाताचं शेत लोंबारलं, डुललं.

...किनीट पडताना तिला अशीच एकदा अधेली मिळाली होती.

“भेंड-बत्तासू घेऊन खा हिचं.”

“हूं.”

“उद्या धावंवर गाठ पडंलच. मला थोडं भेंड-बत्तासू मिळालं पाहिजेत.”

“देईन की. तुझं तर हाईत.”

मग धावंवर दोघांनी एक पुडा सोडलेला.

“न्यारी झाली तुझी?” जनी.

“न्हाई.”

“का?”

"आम्हांला वक्तसरी कोण न्यारी आणून देणार? आता कवा लगीन हुईल तवाच खरं. का तू आणणार उद्यापासनं? घर वाटंवरच हाय."

"हाऽऽ! ब्येस सांगतोस की. मी का तुझी बायकू हाय?"

"बायकू असतीस तर मग न्ह्यारीची काय गरज होती? तुलाच चोखून खाल्ली असती आंब्यागत."

"छल्! द्वाडा!"

ती दोघं बत्ताशागत तोंड भरून हसली. असं अनेकदा... झाडावर चढून झाडलेली काळीभोर जांभळं. खाली त्यांच्या टपोऱ्या काळ्या पावसानं जनी पिकून ढ्यान झालेली... मग गुंड्यानं खाली उतरल्यावर तिच्या गालाचा एक गचवटा घेतला.

"ए ऽऽ चावटा."

"माझी जांभळी खाल्लीस; निदान तुझ्या गालाला हात तरी लावू दे."

"छल्!"

दंगामस्ती.. .जाता येता खिदळ-किंकाळ्या.

"वरातीला येणार न्हवं?" गुंड्या उगचंच माच्यासमोर उभा राहिलेला बघून शिर्पा म्हणाला.

गुंड्याच्या डुईवर कुणीतरी जांभळाची बी मारल्यागत झालं.

"तर. काय खेळ-बीळ हाईत का?"

"खेळ हाईत की." म्हणून शिर्पानं मान हलविली. दोघंही मांडवाभवतीनं घोटाळत-फिरत राहिलं... गुंड्या अधनंमधनं बोहल्याकडं बघत राहिला.

नामाला आपल्या दाराची चौकट सोडून मांडवात यावं असं मगापासून वाटेना झालं होतं. पण आता माच्याच्या भोवतीनं बारक्या पोरांशिवाय कुणाची गर्दी नव्हती. बरीच माणसं आणि पोरंही सेस भरताना बघून त्याला वाटलं होतं की, आपणही सेस भरावी. मग तो बोहल्याकडं टक लावून बघत राहिला. सेस भरताना जनीसंगट बोलावं. पर आता काय बोलायचं? आता तिचं लगीन झालं, मग बोलून तरी काय उपयोग?... ऱ्हाऊ दे तिकडं. नुसती सेस भरूनच यावं... तिच्या म्होरं गेल्यावर तिला आपलं मन तरी कळंल.

तो हळूच रेंगाळत माच्यासमोर गेला. काळजात जास्तच धडधडाय लागलं. चड्डीच्या खिशात पैसे धरून ठेवलेल्या हाताला जास्तच घाम आला... हाताला खिशात गुदमरल्यागत होत होतं. पण त्या हाताला तसं का होतंय ते कळत नव्हतं... जमलं तर जरा बोलू या. आता पुन्ना बोलाय गावणार न्हाई... आयला! जलमभर दाराम्होरंच असून मनाजोगं बोलायला मिळालं न्हाई, काय न्हाई. जनीनं लई माया केली...

"नामा दारात बसलाईस?"

''व्हय.''

''आई हाय का?''

''हाय बघ आत.'' मग हुंबऱ्यावरच आपूण जरा बाजूला झालो आणि जनीनं आत जाता-जाता खांद्यावर हात ठेवला. खांद्यावरच्या हाततनं सुकं खोबरं खाली पडलं... चटणी कांडताना उरवून वट्यातनं माझ्यासाठी आणलं होतं.

मुरवाणासाठी दही घेऊन बाहीर आली. जाताजाता बघून हासली. आणि पावसाळ्यात वटा भरून टाम्याटो दिलं...वटाण्याच्या शेंगा, काटं-वाळकं; जिभंवर सगळी चव अजून हुबी ऱ्हातीया.

एक भोपळ्यागत बाई थुलू-थुलू सेस भरायला आली नि भोवतीची सगळी बारकी पोरं खदाखदा हासू लागली. नामा सेस भराय जातेला तसाच माच्यासमोरनं पुढं गेला नि मांडवाच्या खांबाला टेकून उभा राहिला. मांडव घालायला बोलावल्यावर त्यानंच तो खांब रोवला होता. नाळाच्या तोंडावर दगडं घालून ते नाळ त्यानं चांगलंच दडपून टाकलं होतं. वर मांडव उभा होता आणि त्या मांडवाखाली जनीचं लगीन आता झालं होतं... आता वरात निघाली की संपणार... मांडव निखळून परतून टाकायचा.

बाईनं शेवटची सेस भरली नि नवरानवरीला घेऊन आत गेली. नामाचा सेस भरायचा हात खिशातच राहिला. थोडा वेळ रेंगाळून तो परत आपल्या मांडवासमोरच्या घरात गेला.

दीस बुडून तासभर झाल्यावर वऱ्हाडी पाव्हण्यांची पहिली पंगत उठली आणि दोन तास रातीला दुसरी पंगत बसली. गुंड्या, नामा सगळी पोरं त्या पंगतीला होती. शिर्पा वाढत होता. नामाला जेवून वरातीची गाडी जुपायची होती. इकडं तांदूळ पडून झाल्यावरच बिगीद्यान तो गाडीवर माचा बांधायला गेला होता. आता जेवायचं आणि बैलांना पाणी दाखवून गाडी जुंपायची, या विचारानंच तो भाताबरोबर आमटी भुरकत होता. सगळी पोरं पोट भरून जेवत होती नि तोंड भरून हासत होती. गुंड्याच्या पत्रावळीवर शिर्पानं पहिल्या दणक्यालाच भाताची जवळजवळ चौथाई बादली मोकळी केली होती. गुंड्या ती आमटीबरोबर नेटानं संपवीत होता. 'संपविल्याशिवाय उठलास तर भात तोंडाला माखीन' म्हणून गणा पैलवान हासत होता. आमटी पिऊन नाकावरचा घाम पुसत होता.

दुसरी पंगत उठली नि वरात निघाली. नामा वरातीची गाडी मारायला होता. त्याच्या मानगुटीजवळच वरच्या बाजूला माच्यावर जनी आणि तिचा दाल्ला बाशिंग बांधून एकमेकाच्या मांडीला मांडी लावून बसले होते. बैल न बोलता मानेवर ओझं घेऊन गाडी ओढत होती. समोर चाललेल्या दांडपट्ट्याच्या खेळाकडं नामाचं ध्यान अधनंमधनं जात होतं. झिमझिमणाऱ्या टिपऱ्यांत तो स्वतःला हरवून घेत होता.

"जाऊ दे गाडी फुडं" गाडीसमोर चाललेला टिपऱ्यांचा खेळ संपला नि नामाला कुणीतरी खालनंच ओरडून दबीवलं. गाडी बेताबेतानं आवरून धरून नेणं जरूर होतं; कारण माणसांची दाटीमिठ्ठी. नामाला त्यातनं वाट काढायची होती.

त्या घन-गर्दीत पत्ता नाही ते शिध्या येऊन दाखल झाला होता. त्याला कुणीच बोलावलं नव्हतं. तशी त्याची त्या घरासंगं घसटही नव्हती, तरी त्याला वरात बघायला यावं असं वाटत होतं.

अधनंमधनं गाडीजवळ येऊन जनीकडं बघत होता. गाडीभोवतीनं घोटाळत होता. नवऱ्याकडं त्याचा एक डोळा अधनंमधनं फिरायचा. आयला! आता ह्यो न्वहरा होऊन आलाय. इतकींदी कुठं गेला होता कुणाला दखल! जनी माळावर येत ती हुती हे ह्येला कुठं ठावं हाय? ह्यो त्या वक्ताला बसला असंल आपल्या गावात म्हसरांची शेणं काढत आणि त्याच वक्ताला जनी बसली हुती माझ्या फुड्यात. माळावरच्या बेंझान पावसात. तिची ढोरं माझ्या ढोरांत मिसळून झाडाबुडी ह्यी ऱ्हायलेली. वरनं खुळा पाऊस पडतेला. "...जने, तुझं-माझं पोतं एकाखाली एक घेऊ या माझ्या पोत्याखाली तुझं पोतं."

"आणि मी?"

"तू माझ्याफुडं."

"एवढं कंच्या देवानं सांगितलंय?"

"पाऊस दांडगा आलाय म्हणून गं. ह्या पावसात तुझंबी पोतं फुटणार नि माझंबी पोतं फुटणार. मग दोघांस्नीबी भिजायची पाळी. दोघाचं एका जागी घेतलं की काय भिजायचं ते माझंच पोतं भिजंल आणि माझ्या पोत्याखाली तुझं पोतं कोरडं ऱ्हाईल. म्हंजे पोत्याखाली पोतं घेतलं की तू बी कोरडी आणि मीबी कोरडा. शिवाय तुझं पोतंबी कोरडं. तू माझ्या फुड्यात बस म्हंजे झालं."

त्यानं सगळं समजून-उमजून सांगितलं.

जनी त्याच्या पुढ्यात बसली. पोत्याभोवतीनं पावसाच्या धारा नाचत होत्या. हिरव्या माळावर कवळ्या गवताच्या आंघोळी अंग भरभरून चालल्या होत्या. त्या पावसातही त्या पोत्याखाली ऊब येत होती. त्याचं अंग गरम होत चाललं होतं. तिचंही तापत चाललं होतं. असाऽऽच पाऊस पडावा असं वाटत होतं, असं किती तरी. दोघांनी मिळून एकमेकांच्या भाकरी एकाजागी करणं. देत घेत खाणं. जेवून झाल्यावर शिध्या माळाच्याखाली भरमकराच्या हिरीला पाणी प्यायला जायचा. परत येताना वाडगा भरून जनीला पाणी आणायचा. जनी पाणी प्याली की मग सांगत होता. "उसट हुतं गऽ बाई."

"असू दे. पाण्याला काय हुतंय? पाणी कवाच उसटं हूत न्हाई. गंगंगत निर्मळ असतंय..."

– आणि आता गावातल्या लोकांनी दिलेलं गूळ-पाणी जनीचा नवरा उसटं करून जनीला प्यायला देत होता. आणि मुकाट्यानं जनी त्या तांब्याला तोंड लावून तो परत देत होती. नवरा शहारत होता. पाणी देणाऱ्या बायकांना आतल्या आत गुदगुल्या होत होत्या. आपल्या लग्नानंतरचे पहिले पहिले दिवस आठवत होत्या. जनी आतल्या आत सुखानं उमलत होती... शिध्या उगचंच ढेकळागत काळा काळा होत उतरत जात होता... वरात रामाच्या आणि मारुतीच्या देवळाला जाऊन परत फिरत होती.

तांबडं फुटायला पुन्हा गडबड सुरू झाली. मांडवात झोपलेली पोरं डोळे चोळत उठून बसली. गुळाचा कढत कढत चहा सगळ्यांना प्यायला मिळाला. लांबचं गाव म्हणून वऱ्हाड दीस मोहरायला गावाच्या बाहेर लावून देणं जरूर होतं...त्यातनंच जनीही. तिला आता नांदायला जायचं होतं. ती सगळ्यात जास्त ताजी ताजी दिसत होती.

नवरा गाडीत जाऊन बसला होता. जनी दाराजवळच गल्लीतल्या पोरींच्या घोळक्यात अडकली होती. पोरींनी नाव घ्यायला सांगितल्यावर अगोदरच पंधरा दिवस शिकून ठेवलेली नावं घडाघडा घेत होती. दोन-तीन आठवडे घरातच राहिल्यामुळे अंगाला कवळी रसरशी आलेली. लगनाच्या हळदीनं जास्तच पिवळी दिसत होती. हळदीचं पिवळं पातळ जरीच्या काठाची, टिकल्या टिकल्याची गच्च बसलेली पिवळी चोळी आणि त्या चोळीवर गळा भरून दिमाखणारे पिवळे मणी. सगळी जनीच घासलेल्या स्वच्छ पितळी समईसारखी हासून खिदळून खूश होती. त्या गर्दीतच तिच्या आईनं भाताचं दोन मुटकं तिच्यावरनं उतरून टाकलं नि देव्हाऱ्यावरचा अंगारा तिला लावला... कुंकवाखाली तो जास्तच उठून दिसू लागला.

तेवढ्या पांढरं फटफटायच्या वक्तालाही नवरा गाडीत बसून पानाला चुना लावत होता. अधनंमधनं पोरींच्या घोळक्याकडं बघत होता. जरा लांब उभ्या असलेल्या आणि पोरंबाळं भरपूर झालेल्या बाया त्याच्याकडं बघून एकमेकीत कुजबुजत होत्या.

"काय गंऽ बाई! निच्चळ काळाच न्हवरा हाय की गं."

"तर गं; जमीनजुमल्याकडं बघून दिलेलं दिसतंय."

"जनीच्या पासंगालाबी पुरायचा न्हाई."

"लगनात आणि जरा जास्त तरी हळद लावू ने हुती ह्येला!" कोणतरी खदखदली.

"जनीच्या आई-बाऽचं डोळं का परट्याची भोकं हुती गं?"

"आगं काळी काळी जमीन बघून दिलीया."

तोंडाला आडव्या लावलेल्या पदराच्या आड हासू खसखसून पिकत होतं.

"जून-जरबाट हाय गंऽ बाई."

“असू दे तिकडं. तू कशाला काळजी करतीस? का तुला नांदाय जायाचं हाय? माप चांदी-रुप्याची खाण गावल्यागत ती जनी खिदळाय लागलीया बघ.”

जनी खरंच लाह्यागत फुलत होती. जावयाकडं बघत आई-बापू खूश होते.

नवरा गाडीच्या बुटाच्या जरा मागंच बसला होता, म्हणून बैलांच्या मानेवरचं जू हलकं झालं होतं. त्यासाठी नामानं दांडीचा घोडा धरून ठेवला होता. जनी गाडीत चढायला आली. तिच्या मागोमाग दोन-चार बायका तिच्याबरोबर वर चढल्या नि बैलांचं गळं टांगलं, नामानं आपला पाय अंतराळी करून घोड्यावर भार दिला; तरी दांडी खाली येईना. नामा तसाच अंतराळी टांगल्यागत राहिला, मग त्यानं सांगितलं, “जरा फुडं सरका. बैलांचं गळं टांगाय लागल्यात.”

बायका पुढं सरल्या नि गाडीचं जू बैलाच्या मानेत रुतलं. नामाचं पाय भुईला लागलं.

जनी हासत नांदायला चालली. तिला फक्त कळलं होतं की आपलं लगीन झालं. आता नांदायचं. आता आपल्याला मूल व्हायचं. अंगावर भरपूर दागिनं घालायला मिळणार. संसार थाटायचा... न्हवरा-बायकू व्हायचं.

मांडव मोकळा झाला होता. गुंड्या पटका काखेत मारून मोट धरायला चालला होता. शिध्या ह्या वक्ताला उठून म्हसरांच्या शेणात हात घालून त्याच्या पाट्या भरत असेल.

गाड्या गावाबाहेर वाटंला लागल्या. नवरा-बायकोला पोचवून नामाला परत दुसरे दिवशी यायचं होतं. त्या विचारात तो गाडी हाकत होता. पाठीमागं जनीसंगं तिच्या नणंदा खिदळत होत्या. नामा रानातल्या झाडाकडं पुढं बघत होता... झाडावरची पाखरं रानावर उडून चालली होती. त्यांना कुठं तुरट-आंबट दाणा-पाणी मिळणार होतं काही ठाऊक नव्हतं. तरी सुखानं चिवचिवत भिरभिरत होती. नवा दीस उगवत होता. तरी बैलं मुकाट्यानं चालली होती. कुठं जायचं त्यांना माहीत नव्हतं. तरी पायाखालची चाकोरी सोडायची नाही, एवढं त्यांना कळत होतं.

◆

भिंत

माळावरचं खेडं. वाढ नाहीच. उलट झड लागलेली. घरं मोडलेली, ढासळलेली. माणसं उठून नशीब काढण्यासाठी शहरगावाकडं जातेली. उरलेली कशी तरी प्रचंड वारुळातल्या चुकारीच्या गोरलीगत जगतेली. ह्या खेड्यात उगवतीच्या शेवटाला केरू शिंद्याच्या पडक्या घराची भिंत उभी. सगळ्या खेड्यावर पडकेपणाचं निशाण लावल्यागत. पांढऱ्या मातीच्या कच्च्या विटांनी रचली होती. विटा आखडून एकमेकीला गच्च धरून बसल्या होत्या. त्यांची पकड आता ढिली होत होती. कणाकणातला जोर निघून गेलेला. पोरांनी धक्का दिला की वीट हदरत होती, पण पडत नव्हती. कुणासाठी तरी डोळे रस्त्यावर लावून भिंत वाट बघत होती. म्हातारीच्या डुईवर असल्यागत तिच्यावर गवताचे चार केस. कुत्र्याच्या बोंडाचं गवत सुकून सुकून पुन्हा पुन्हा वाळतेलं... चांदण्यात ह्या भिंतीची सावली पेकटात वाकलेल्या सरड्यागत पडायची आणि भयाण दिसायची. दिवसा तसं काय वाटत नव्हतं. तिच्या सावलीत गल्लीतली पोरं खेळ मांडून रमायची नि पांढरंधोट डोळं लावून टपून राहिल्यागत भिंत बघायची. जुनाट कच्च्या विटांचं डोळं. खूप खूप पाहिलेलं. पोरांच्या अगोदारच्या अनेक पिढ्या, अनेक मरणं बघितलेली. ह्या घरातनं अनेक माणसं हिच्यासमोर आंघोळ घालून स्मशानाकडं नेली होती.

...घर बांधल्या बांधल्या केरबाचा आजा ह्या भिंतीला टेकूनच आटोपला. केरबाचा बा त्या वेळी तरुण होता. केरबा अगदी लहान एकदीड वर्षाचा. पुढं केरबाच्या बाला अनेक पोरं झाली; पण ती जगली नाहीत. एक दीड वर्षातच ती ह्या घरातनं कायमची बाहेर पडायची नि मातीआड होऊन निजायची. घरात यायच्या अगोदर केरबा जन्मलेला होता. तेवढाच जगलेला. पुढं केरबाचं लग्न झालं. त्याचा बाप ह्याच भिंतीशेजारी अंथरूण घालून शेवटी तिला डोकं टेकून मरून गेला. डोळ्यांच्या खाचा झालेली आई ह्याच भिंतीचा आधार घेऊन चालत होती. बाहेर जात होती. एक दिवस ह्या भिंतीचा आधार घेऊन चालतानाच ती पोत्याला अडकून उंबऱ्यावर पडली नि पुढं आथरूण धरून तिनं राम म्हटला. केरबानं संसार थाटला,

पण मूलबाळ नाही. घराच्या चारी भिंतींना ते अगोदरच कळलं होतं. पांढऱ्या भिंतीच्या गारगार अंधारात तो निराश होऊन मुळं कातरलेल्या झाडागत जगत होता... त्याच्या चुलत भावांचा संसार समोरच्या दोन्ही घरांतनं ताररत फुलारला होता. ते बघून तर घराच्या चारी भिंती आपणा नवरा-बायकोच्या अंगावर ढासळाव्यात नि आपण त्यांच्याखाली खुशाल मरून जावं, असं त्याला वाटत होतं.

...त्या वेळी ते घरच मोडकळीला आलं. पावसाचा मारा खाऊन खाऊन पहिल्यांदा मावळतीची चांदी एका पावसाळ्यात ढासळली. आढं खाली आलं. केरबा त्या वेळी अगदी वाकून गेला होता. चांदी बांधायच्या भरीला पडला नाही. मग पुढं सात आठ-सालं टिकला नि खाली आलेल्या आढ्याकडं बघत त्यानं भिंतीशेजारी डोळं मिटलं. भिंत थंडगार. बायकोचंही तसंच. दोनचार सालात पाठीमागची भिंत खाली आली नि दोन भिंतीवर आढं राहिलं. पावसाळ्यात ती भुईसपाट बसली. केरबाच्या बायकोला आपलं मरण जवळ आल्याचं कळून आलं. शेजारच्या साताप्पाला तिनं हाक मारून पडकं घर खरेदी घाटलं. मरेपर्यंत आपण ह्या घरात राहणार असल्याचं त्याच्याकडून कबूल करून घेतलं. आणि आलेल्या पैशातनं सगळा पावसाळा काढला. आणखी एक साल काढलं. नि वाटंकडंच्या ह्या दणकट भिंतीजवळ पडून पडून कंटाळली. हात उरासंगं मिटून आटपली... वाटंकडची भिंत अखेरपर्यंत घट्ट होती. केरबाच्या बायकोला साताप्पानं घराचं आढं मोडून जळण घातलं, पदरचा आणखी काही खर्च केला नि तो घराची जागा ताब्यात घ्यायला मोकळा झाला... वरचं छप्पर गेल्यावर दोन-तीन सालांतच सगळं घर पडून सपाट झालं. फक्त वाटंकडची भिंत उभी... पेकटात वाकलेल्या सरड्यागत वाटकडंलाच असल्यामुळं तिचा चांगला आडोसा झाला होता.

वंश गमावणाऱ्या ह्या भगाट घरात आता पहाटे माणसं येऊन घाण करून जातात. ही जागा तिकटीवर आहे. म्हणून चांगली आहे. तिन्ही गल्लीची मेलेली कुतरी, मांजरं. घुशी हिच्यात येऊन पडतात. कधी कधी तर बायका रातचं येऊन ही भिंत आतल्या बाजूनं हळूहळू खुरप्यानं पोखरतात नि घर सारवायला माती घेऊन जातात. भिंत ह्या सगळ्यांकडं बघत बसती. मेलेल्यांना आडोसा धरून उभी राहती.

भवतीच्या खेड्यावर ऊन ढासळत होतं. खेडं उठून गेल्यागत झालेलं. चार-पाच कासऱ्यावर मोकळ्या जागेत एकटी चिंच गारेगार. खाली सावलीत कोरच्याची तीन-चार गाढवं ऊन नाहीच असं समजून उभी होती. चिंचेच्या पलीकडची शंभर एक पावलांवरची शाळा त्या उन्हातही चिवचिव करत होती. भिंत पाठीशी घेऊन पोरं पुस्तकांत गळ्याइतकी रुतलेली. बाकीचं सगळं खेडं मात्र चिमण्या होऊन दारं लावून सावलीला बसलेलं.

साताप्पा गळ टाकून निजेला डोळ्यांनी धरू बघत होता. मन निर्धास्त होतं तरी

नीज गावत नव्हती. घोर करायचे दीस निघून गेले होते. समोरचा नाना आपल्या सख्ख्या भावाचा खून करून नुकतीच जन्मठेपेची शिक्षा भोगायला कुठं निघून गेला होता. त्यामुळं त्याची वाळली रखरख आता चौदा वर्षं तरी नाही... चुलत भावाची जागा त्येच्या बायकोला फसवून मरतानं मी घेतली म्हणून माझ्यावर मिशा पिळत हुता. आपल्या कर्मानंच गेला बोंबलत. चौदा वर्स आता काळजी न्हाई. तवर जयशिंगा शिकून ब्यालिस्टर हुईल नि नाना तोंडाची मऊलूस पोळी करून परत येईल. सख्ख्या भावाचा खून करून रान बळकावयाच्या बेतात हुता. ते फावलं. चुलत भावाचंबी घर तसंच गिळून टाकायचा सुक्काळीच्याचा इचार. पर ते कुठलं आलंय जमायला.

त्या जागेवर स्वतःच घर बांधायचा साताप्पाचा विचार. पाच-सात पोरांतनं एक पोरगा नि एक पोरगी जगलेली. पोरगी सगळ्यांत थोरली नि पोरगा शेवटाचं एक सोडून अगोदरचा. लेक आता सासऱ्याच्या घरात पोराबाळांची आई होऊन नवऱ्याचा वंश वाढवीत बसली होती. आणि एकचा एक नऊ दहा वर्षांचा जयसिंगा आई-बाऽचा जीव होऊन राहिला होता. राहतं घर एका बामणाचं गहाण घेतलं होतं. बामण तालुक्याचा व्यापार करत होता. त्याला आज ना उद्या घर परत जाणार होतं; म्हणून शेजारचं पडकं घर केरबाच्या बायकोकडनं घेतलेलं... एक दोन वर्षांत ते आता नव्यानं तळातनं बांधायचं... दोन मजली करून टाकायचं... ब्यालिस्टर होणाऱ्या जयसिंगाला साजेल असं.

बॅरिस्टर म्हणजे काय ते त्यालाही ठाऊक नव्हतं. पण खूप शिकवून शहाणा करायचा त्याचा विचार... त्याच्यासाठीच त्याचं जगणं.

दुपारची शाळेची सुटी झाल्यावर जयसिंगा जेवायला घरी आला. साताप्पा उठून घोंगड्यावर बसला नि त्यानं हळूहळू तंबाखू मळून पोराकडं बघत चिलीम भरली... जयसिंगा गपागपा भाकरी-आमटी भुरकत होता. खाली वाकताना कालांनी भरलेला उराड्यावरचा खिसा सावरत होता... भुरक्याबरोबर पाणी.. पाण्याबरोबर भुरका.

ठास्सदिशी ठसका लागला नि तोंडातली भाकरी उडाली.

"आरं बेतानं जेवावं. वळाणशीर ऱ्हावावं."

"परीक्षा जवळ आलीया. गुर्जींनी लौकर यायला सांगितलंय." त्याचं ठसक्याचं पाणी पिऊन झालं.

धुरासकट निजेची तंदरी येत चालली... पोरगं हात धुऊन कुडत्याला पुसत दप्तराची तुडुंब पिशवी पाठीला मारून चाललंही. चिलमीची राख झाल्यावर साताप्पानं ती झाडली. खडा स्वच्छ केला. छापी चिलमीच्या तोंडात बुच्च बशीवल्यागत गच्च कोंबली आणि तो घोंगड्यावर आडवा आला.

बाहेरच्या बाजूला पोरांचा कालवा ऐकू येऊ लागला... आयला! ह्या पोरांच्या

कालव्यानंच नीज येईना झालीया- तो उठला नि पोरं हुसकायला बाहेर पडला.

भिंतीच्या सावलीत तीन-चार पोरं खेळत होती. चिंचंकडं चाललेल्या जयसिंगाला भिंतीजवळ उभा असलेला समोरच्या नान्याचा श्याम्या बोलावत होता... वर भिंत सावली धरून विटांच्या पांढऱ्या डोळ्यांनी त्यांच्याकडं बघत होती... दोन पोरांचं सगळं ध्यान खेळण्यात. त्यांनी आपलं खिसं मोकळं करून काला बाहेर काढल्या होत्या.

"ए ऽ भडव्यांनू, जाता का न्हाई शाळंला? मास्तर बोंबलत असंल की तिथं. पळा; परीक्षा जवळ आल्या लेकांनू."

पोरं भिंतीच्या सावलीबुडनं हलायला तयार नव्हती.

"थांबा तुमच्या भणं! पेन्सुल्याच काढून घेतो तुमच्या." साताप्पा चार पावलं पुढं सरकला. पोरांनी लुटालूट करून डाव गोळा केला नि ती पसार झाली. तरीही जाणाऱ्या जयसिंगाला हाक मारून श्याम्या 'थांब' म्हणत होता. साताप्पाला भीक घालत नव्हता.

"ए ऽऽ नानाच्या बेन्या, गप जातंस का न्हाई शाळंला? तुला पन्नासदा सांगितलं न्हवं जयशाच्या संगतीला लागू नगं म्हणून?"

"एऽऽ 'बेन्या' कुणाला म्हणतोस?" ते टुरटुरलं.

"इच्या भणं मलाच की रं उलटून बोलतंय हे एवढं एवढंसं न्हाई तर."

साताप्पा त्याच्या पाठी लागला नि मगरुरीनं श्याम्या जास्तच शिव्या देत पळून गेलं. जयसिंगा चार-पाच कासऱ्यावरच्या चिंचंपर्यंत गेला होता.

साताप्पा डोळ्यांवर पेंग घेऊनच भिंतीजवळ उभा राहिला. भसाभसा आणखी दोन-तीन पोरं भिंतीच्या पलीकडच्या अंगानं बाजूला उड्या टाकत पळाली... कुणीतरी टाकून दिलेल्या कोंबडीला ती दगडं घालीत होती, तिची आतडी बाहेर आणत होती... वरनं घार आतडी पळवायच्या नादात भिंतीच्या सुमकानं वर फिरत होती.

...चिंचंकडं जाणारा श्याम्या पाठीमागं वळून उभा राहिला. त्यानं भिंतीम्होरं असलेल्या साताप्पाला पुन्हा वेडवण दाखवलं नि धूम ठोकली. 'आयला! सगळ्या गल्लीत ह्ये पोरगं लिंबाखालचं निपाजलंय. सगळ्या गावच्या कळी काढत बोंबलत हिंडतंय. असलीच जगत्यात त्येच्या आयला ह्या गावात. बाऽच्या पाठीमागं चांगला दिवा लावणार.' साताप्पा स्वतःशीच बडबडत जाऊन काळ्या घोंगड्यावर पुन्हा पडला.

पोरांनी चिंचंपुढची गाढवं दगड मारून हुसकलून दिली. ती उन्हाला पाठ देऊन शाळंकडं चालली. पोरांनी चिंचंच्या सावलीत खेळ मांडला. दोघा-तिघांनी मतामत करून वाण्याच्या लिंग्याचा खिसा मोकळा करायचा ठरवलं होतं. लिंग्याच्या

खिशातली बटनं नि पेन्सिली कमी कमी होत चालल्या होत्या. रडकुंडं तोंड करून तो खेळत होता. आपल्या काला परत जिंकून लवकर खेळ थांबवायचा त्याचा विचार. कारण आता घंटेची वेळ भरत चालली होती. गुर्जी घंटा झाल्यावर पोरांना हाकलायला येणार होते. त्या गडबडीत त्यांचं लक्ष फक्त खेळाकडं होतं. तिघांचा डाव होईपर्यंत तो आडीजवळ बिलगून कालांकडे नजर ठेवून बसत होता.

त्या दरम्यान पत्ता नाही ते किसन्यानं लुगड्याच्या काठाची शेपूट त्याच्या कुडत्याला बांधली होती. ती घेऊन तो गंभीरपणे खेळत होता. त्याचं भान हरपलं होतं. पोरं एकमेकाला गप्प बसायला सांगून पिशीपिशी हासत होती.

लिंग्या जास्तच रडकुंडीला येऊन खेळत होता. त्याला वाटायचं आपल्याला डाव लागत नाही म्हणूनच पोरं हासतात. म्हणून तो जास्तच मन लावून घाबराघुबरा खेळू लागला. श्याम्या, पर्व्या, जयसिंगा, अरण्या एका जागी आली नि त्यांनी बोली केली. लिंग्याच्या पाठीवर गवती कुत्री मारायला आणण्यासाठी परत पडक्या भिंतीकडे चालली... श्याम्या कुडतं चड्डीत खोवून भिंतीवर चढायला पुढंपुढं चालला.

साताप्पाच्या डोळ्यात नीज दाट दाट उतरत होती. नाकाला गुरूचा सूर लागला होता. पण बाहेर काहीतरी धाड, धाड, धाड करून कोसळलं नि एक किंकाळी ऐकू आली. डोळं झाडून चटक्यासरशी तो बाहेर आला. पांढऱ्या धुळीचा प्रचंड ढग रस्ता भरून पसरला होता नि पलीकडचं काही म्हणता काही दिसत नव्हतं. तो त्या धुळीच्या लोळात पळत गेला... चिंचेच्या झाडाखालची पोरं मास्तर हाकलून नेत होता. रस्त्यानं शाळेच्या बाजूनं भिंतीच्या धुरळ्यातील एक दोन पोरं भन्नाट पळत होती... श्याम्या आयोऽ करून त्या पांढऱ्या ढगात ओरडला नि कमरेएवढ्या मातीतनं हाताचा रेटा देऊन बाजूला आला... भिंतीवरचं कुत्र्याचं गवत त्यानं चड्डीत खोवून घेतलेलं तसंच होतं. साताप्पाच्या डोसक्यात सगळा प्रकार आला.

"आयला तुझ्या! मेलं असतंस की, कशाला चढलं हुतस भिंताडावर?"

"आता न्हाई चढणार गाऽऽ! चुकलोऽऽ!" त्यानं तोंड पसरलं. एकदम शरण आला. मघाशी जयशाच्या संगतीला लागू नको म्हणून साताप्पानं सांगितलं होतं नि ह्यानं शिव्या घाटल्या होत्या. त्याची त्याला आठवण होती. त्यानं तो गांगरूनच गेला.

"पाय रक्ताळला की भडव्या."

"आई आईऽऽ!" त्याची रक्ताकडं नजर गेली.

घरात कोणीच नव्हतं. त्याची आईही शेतावर गेलेली. पोरगं मुलखाचं बोंबलभिकं. तरी साताप्पानं त्याला आपल्या घरात उचलून आणलं.

"ऐकू आलं काय गं? काय तरी फडकं आण बांधायला. ह्या श्याम्याचा पाय रक्ताळला बघ, ऊठ."

स्वैपाक घरात निजलेली बायको उठली. तिच्याबरोबर बोलून श्याम्याच्या आईला तीन सालं उलटली होती. श्याम्या जयसिंगाची भांडणं ह्या दोघीत झाली होती. तशात साताप्पाला शेजारी म्हणून खुनाच्या खटल्यात सरकारनं जबाबासाठी बोलावलं होतं. नानाच्या चुलतभावाचं घर साताप्पानं विकत घेतलेलं. हे सगळं जमून येऊन बायका-बायकांची भांडणं झालेली.

"घरात कशाला आणलं ह्या कार्ट्याला? त्येची आई येईल की बोंबलत माझ्या नावानं."

"येऊ दे तिकडं. पोराची जात हाय. मी बघून घेईन तिला... पाणी जरा आण."

"पाणी आणि कशाला? काय तरी बाध्याच घाटला म्हणून समद्या गावभर डंका वाजवत हिंडंल ती."

ह्या दोघांची भांडणं ऐकून श्याम्या पार घाबरून गेलं. वरनं पडल्यामुळं त्याच्या डाव्या पायाला खच्चून मार लागला होता. आतनं कळा येत होत्या. पाय उरासंगं धरून ते सोप्यात घोंगड्यावर आडवं झालं.

चार वाजता त्याची आई आली नि सांगितल्याप्रमाणे दोघाही नवरा-बायकोला शिव्या देऊ लागली. तसल्याही स्थितीत तिनं सोप्यात पडून राहिलेल्या श्याम्याच्या पाठीत दोन कमकं घातलं. त्याच्या बकोटीला धरून आपल्या घराकडं खेचला. घोट्याची चिंधी काढून साताप्पाच्या दारात टाकली.

"घरात बसलं असतंस तर काय जीव जाईत हुता? कशाला मरायला चढलं हुतंस त्या भित्ताडावर? तुझ्या आईचा बा काय सर्गाला चालला हुता तिथनं...? पडकी भित्ताडं तशीच ठेवायला हात झडल्यात का काय कुणाला दखल ह्या गावातल्या माणसांचं? गोर-गरिबांची पोरं मेली तर त्यास्नी बरंच हाय. फुकटात घरं तरी त्यास्नी इकत मिळतील कुक्कू पुसलेल्या बायकांची." तिनं आपल्या घरात जाऊन तोंड सोडलं.

इकडं साताप्पाला त्याची बायको फाडून खाऊ लागली.

"तुमास्नी मी काय सांगितलं हुतं? त्या घिरण्या पोराला कशाला हात लावलासा? मरंना झालंतं. तिकडं?"

"शेजार पडतोय म्हणून धावलो. नसतो गेलो तर आम्हीच मारलं म्हणून आमच्या नावानं ओरडली असती."

"त्या रांडला तेवढी आक्कल असती म्हंजे, मग कशाला?" श्याम्याच्या आईला ऐकायला जाईल अशा आवाजात ती बोलत होती. ते ऐकून तीही बाहेर आली नि दोघीचे हात रड्यावर एकमेकींच्या झिंज्याकडं जाऊ लागले... गल्लीतली माणसं मज्जा बघायला जमली नि त्यांचा वेळ चांगल्यापैकी जाऊ लागला.

उनं खाली झाली नि भांडणाचाही ताव कमी झाला. बायका घरात गेल्या नि

पाच-सात माणसं साताप्पाच्या दारात चिलमी वडायला बसली. कमरेएवढा मातीचा ढीग समोर पडला होता. त्याच्याकडं बघून माणसं श्याम्याच्या आईला शहाणपण सांगत होती. पोरगं कसं फुकाट मेलं असतं हे पटवून देत होती.

घंटा झाली नि शाळेच्या मुठीतनं चिरमुरं उधळल्यागत पोरं बाहेर पडली. मैदानातली चिंच आपली सावली लांब लांब करून मोकळ्या मनानं डुलू लागली.

किनीट पडत चालली म्हणून साताप्पा माणसातनं उठून चिंचेबुडी जयसिंगाला बोलवायला गेला. पण तिथं पोरगा दिसला नाही. तो पलीकडच्या वाण्याच्या दुकानात जाऊन लिंग्याकडं चौकशी करून आला. तिथंही नव्हता. वाण्याच्या घराच्या पाठीमागच्या बाजूलाच चौथीच्या मास्तरांचं घर होतं. जयसिंगा तिथं अधनंमधनं जायचा. साताप्पा सहज तिथं गेला.

"पोरगं अजून आलं न्हाई, गुर्जी."

"जयसिंगा दुपारपासनं आला नाही शाळेकडं."

"काय सांगता? शाळंला जातो म्हणून तर जेवून गेलाय."

"तसा अलीकडं एखाद्या वेळेस शाळेला येत नाही तो. अनेक प्रकारची मुलं असतात. त्यांच्या संगती टाळतो म्हटलं वर टळत नाहीत... आज तशी तीन-चार मुलं दुपारपासनं आली नाहीत." मास्तर आपल्या स्वभावाला धरून संगतीबद्दलचं ज्ञान साताप्पाला देऊ लागले आणि शेवटी म्हणाले.

"असेल कुठं तरी. कैऱ्यांचे दिवस आहेत. गेले असतील आंब्यांच्या झाडाकडं."

साताप्पा उठला.

पवाराच्या अरण्याचं घर लागलं.

"पोरगा हाय का घरात, जानबा?"

"न्हाई गा. गेलं असंल कुठं तरी बोंबलत आंबं खायाला."

"आमचंबी पोरगं न्हाई गा."

"मग ते बी गेलं असंल... ये, वडू ये तंबाखू."

तंबाखू वडून तो घराकडं चालला... घर सारवायला बायका रातचं आपल्या घराकडं माती नेतील म्हणून साताप्पाची बायको बुट्टी घेऊन बाहेर आली नि हळूहळू ती बुट्टीत माती भरू लागली... सगळी माती परड्यात नेऊन खोपड्याला ओतायचा तिचा विचार.

साताप्पा येऊन दारात बसला. श्याम्या दारात येऊन त्याच्याकडं बघत होतं.

"जयशा, कुणाबरोबर गेलाय ठाव हाय काय रे श्याम्या?"

"मला न्हाई ठावं." म्हणून ते पुन्हा घाबरून लंगडत आत गेलं.

साताप्पाच्या मनात उगंचच संशय वळवळला नि माती भरणाऱ्या बायकोजवळ आला.

“बायला! पोरगं भित्ताडात तरी गावलं नसंल?”

“ह्यात कुठलं गावायला आलंय? माती हाय केवढी?”

“मग त्या पवाराच्या पोरासंगं कुठंतरी आंबं खायला गेलं असणार.”

“त्या समोरच्या कार्ट्याला इचारून बघा की.”

“ते ठावं न्हाई म्हनतंय... थांब. माती खोऱ्यानं वडून तरी बघू या.” त्याच्या मनात पुन्हा काळं काळं सापागत सळसळलं.

“खुळं का काय दोन-चार पोती तर माती हुईल. झाकतो म्हटलं तरी माणूस झाकायचं न्हाई ह्यात.”

समोर ढासळलेला भिंतीचा कमरेएवढा ढीग होता. तसाच आतल्या बाजूला थोडा ढीग पडलेला. भिंत रस्त्यावर साफ आडवी झाली होती नि आडोसा गेला होता... पलीकडच्या कोंबडीची आतडी बाहेर आलेली दिसत होती. घराचं संपूर्ण घरपणच नाहीसं झालेलं.

तो चटक्यासरशी उठला नि घरातलं खोरं घेऊन आला. गपागपा माती ओढून बाजूला लावू लागला... कधी सत्तर-ऐंशी वर्षांपूर्वी एकमेकीवर रचलेल्या कच्च्या विटा माती होऊन मोकळ्या विसविशीत झाल्या होत्या. भिंत निवांत झाली होती. अखेरचं ढासळल्यामुळं तिच्या आता आठवणीसुद्धा नाहीशा झाल्यागत दिसत होत्या. माती घेऊन साताप्पाच्या ढेंगंतनं भसाभसा फावडी मागं पडत होती. साताप्पाचं काळीज संशयानं आतल्या आत खापलत चाललं होतं. स्वतःच्या घरात गडद निजल्यागत भिंतीला चिकटून पडलेल्या जयसिंगाचं कुडतं फावड्यात आलं नि साताप्पाच्या काळजाला भुजंग डसल्यागत कळा झोंबल्या.

◆

पावसाचं पोर

खाद्यावरच्या आडव्या काठ्यांत हातांचे पंख अडकून पोरं घारी आल्यागत एका जागी आली. कालच्या पावसात पोती भिजली होती. ती वाळवायसाठी माळाच्या खडकांवर टाकली. ढोरं माळाच्या मध्यभागाला घोटाळून आणली. माराच्या भ्यानं ती तिथंच कसंबसं दात घासू लागली. पोरांनी खेळ मांडायचं ठरवलं. आपापल्या फाटक्या चड्डीच्या खिशातल्या गारी गोट्या काढल्या. दगडानं आडी गोल केली. आपापल्या अट्ट्या मोडून तयार झाली नि आडीकडं गोट्या पळू लागल्या.

पहिला, दुसरा असे नंबर लागले. पोरं आड्या भरू लागली. आड्या भरून गोट्या चकाचका उडवू लागली. कुणी गंड झाले नि कुणाला बायको व्हावं लागलं. गोट्या ढोपरून त्यांची बोटं मागच्या बाजूनं सालटू लागली. डाव रंगात आला, मजा येऊ लागली.

नेहमी उशिरा येणारं जैनाचं श्याम्या, घराकडनं आपली एकुलती एक म्हस घेऊन माळावर आलं. माळाच्या कडंकडनं पार आत गेलं. तिकडचा चारा अजून आमच्या म्हसरांनी दातलला नव्हता. माळ संपल्यावर भवतीनं पिकं लागत होती. जोंधळ्या-भुईमुगाची रानं ठेल हिरवीगार झालेली. एका रानाच्या बांधावर त्यानं आपलं शिवून व्यवस्थशीर केलेलं पोतं सरळ करून टाकलं. खरं तर ते वाळलं होतं. घरातनंच गराड्यावर टाकून त्यानं ते वाळवून आणलं होतं. त्याची व्यवस्था दांडगी. पोत्याला माशी जाण्याजोगंबी भोक ठेवायचं नाही. सुतळीनं पोतं जिथं तिथं तुरुपलेलं. काम झालं की आम्ही पोतं कसंबी टाकत होतो, बोचकं करून बसायला घेत होतो, राडी-चिखलात आथरून त्यावर बसत होतो; पण श्याम्याचं तसं नाही. चार पदरी घडी घालून ते पोतं बसायला घेई. आम्ही घराकडं जाताना खांद्यावर पोतं टाकून जात असू; पण तो पोत्याची घडी बायकागत डोईवर ठेवून घराकडं जाई. पावसात पोतं भिजलं की श्याम्या ते पन्नासदा पाणी झाडून म्हशीच्या अंगावर वाळवायला टाकत असे. म्हणजे म्हशीला ऊनबी लागत नाही आणि पोतंबी वाळतं. त्याच्या काठीला कधी शेणाची शितडी लागलेली दिसायची नाही. म्हसरं पाण्यावर घालायला

तळ्याला गेलं की रोज त्याचं काठी धुणं. आमच्या काठ्यांवर शेणाचं किटान भरपूर चढलेलं. गोठ्यात म्हसरं बांधली की आमच्या काठ्या गोठ्यात म्हशीच्या मागं तशाच पडत. मग रात्री म्हसरं त्यांवर पो घालत. सकाळी मग आमच्या ते ध्यानात येई. काठी उचलून भिंतीला उभी केली जाई. शिवाय माळाच खडं मारून, काठी-कोलावणीनं खेळून खेळून आमच्या काठ्यांच्या नारानाबाट्या निघालेल्या. अधनंमधनं ढोरांना बडवून बडवून चिंबलेल्याही असत.

पण श्याम्या आपल्या म्हशीला काठीनं कधीच मारत नसे. म्हशीनं पिकात तोंड घातलं किंवा तिला मागं वळवायची असली की श्याम्या तिच्या तोंडासमोर नुसती काठी नेत असे. तिला काठीनं ढोसणलं की तीही शहाण्यासारखी तोंड फिरवे.

श्याम्याची म्हस नेहमी पिकाच्या कडंकडंनं चरती. श्याम्या तिला पिकाकडंला स्वतः उभा राहून चारतं. आम्ही आमची म्हसरं पिकाच्या तेवढ्या कडंला नेत नाही. तेवढ्या कडंला चारताना मग स्वतःला पिकाकडंला उभं राहावं लागतं. नाही उभं राहिलं तर मग म्हसरं पिकं शेंडलतात. कधी तळामुळातनं खाऊन टाकतात. आणि उभं राहून चारायला आम्हाला जमत नाही; कारण मग दीसभर खेळच मांडता येत नाही. शिवाय उभं राहून राहून पायाच्या खुंट्या मोडायची पाळी येती. एकटंच माशा मारत उभं राहावं लागतं, पोरं पोरं मिळून कायबी बोलता येत नाही, काही गोष्टी सांगता येत नाहीत. एकटेपणाचा कंटाळा येऊन जातो. म्हणून मग आमची ढोरं आम्ही माळाच्या मधभागालाच घोटाळून चारतो. मग खेळ मांडायला, गप्पासप्पा करायला सवड मिळती.

श्याम्याला ह्यातलं काही नको असतं. ते कधी खेळत नाही. त्याच्या म्हशीसारखंच ते एकटं रमतं. कधी बोलत बसत नाही का कधी एकट्या जिवाला रमवण्यासाठी गाणंही म्हणत नाही. पिकाकडंला कायम कनकावळ्यागत उभं असतं. याचा एक डोळा टरका आहे. नाक पोपटागत कुचकुचीत आहे. तोंडाचे ओठ चेंबूगत एका जागी आहेत. मान खाली घालून भरमकराच्या मारक्या म्हशीगत बघतं. म्हणून त्याला पोरं नेहमी चिडवत असतात. त्याची टिंगल-टवाळी करतात. त्याचं पोतं हिसकावून घेतात, कधी त्याची गांधी टोपी उडवून, काठीनं कोलवून खेळतात. त्याला डिवचतात. तरी श्याम्या चिडत नाही. शांतच असतं. तसंच ताठकळत पिकाकडंला उभं असतं.

ते पिकाकडंला उभं असतं म्हणून त्याच्या म्हशीला पिकाकडंचा शेलका चारा खायला मिळतो. ती उशिरा माळाला आलेली असली तरी तासभर दिसालाच तिचं पोट भरतं आणि आमच्या म्हसरांची पोटं दीस बुडला तरी खपाटीलाच गेलेली असतात. त्यामुळं त्यांचं दूध रोज टाकभर कमीच. श्याम्याची म्हस मात्र टाकटाकभर पावसाचं दूध जास्तच देती.

श्याम्या आमच्यात मिसळत नाही, पिकाकडंला उभं राहून म्हशीला शेलका चारा चारतं, म्हणून आम्हा पोरांना उगीचच आपोआपच त्याची चीड येती. कधी मग खेळाचा कंटाळा आला की आम्ही श्याम्याची छेड काढायला, त्याला चिडवायला त्याच्याकडं जातो.

"काय श्याम्या?"

"काय?"

"हितं का म्हस चाराय लागलाईस?"

"आम्ही मधभागाला चारतोय. तू तिकडं घेऊन चल म्हशीला."

"तिकडं चारा न्हाई. तुम्हीच या जावा इकडं- हितं कडंवडंला चारा हाय."

"म्हस घेऊन चल म्हणतो न्हवं माळाला. आमचा डाव दे चल." कोण तरी मधेच बोलतं.

"कुठला डाव?" श्याम्याचा प्रश्न.

"मागच्या वरसीचा." असं म्हणून आम्ही त्याची काळीभोर म्हस माळाला घेऊन जातो, कोण त्याचं पोतं हिसकावून घेतं, कोण त्याची काठी, तर कोण टोपी पळवतं.

श्याम्या मुकाट्यानं सगळं देतं. काही बोलत नाही. बोललं तर "गप ऱ्हा की" एवढंच बोलतं.

सगळं घेऊन पोरं माळाच्या मधभागाला येतात. त्याच्या म्हशीमागनं रेडकू वाँय वाँय करत येतं. श्याम्या तिथंच पिकाच्या बांधावर बसतं. कुडत्याच्या आत हात घालून खांदं खाजवत म्हशीकडं बघतं.

सांगून ठेवल्यागत म्हसबी घटकाभर पोरांच्या म्हसरांच्या घोळक्यात चरती नि हळूहळू श्याम्याकडं निघून येती. रेडकूही तिच्या मागोमाग असतंच. खेळात रमलेल्या पोरांना पुन्हा म्हस जाऊन परत घोळक्यात आणणं जिवावर येतं. ती पुन्हा पिकाकडंला चरू लागती.

तळ्याकडं जायच्या वक्ताला पोरं काठी-पोत्याचं नि टोपीचं ओझं कुणी न्यायचं म्हणून श्याम्याला हाळी घालतात. ते येतं नि आपला जामानिमा घेऊन मुकाट जातं. ते येत असताना त्याच्या मागोमाग म्हसबी येती. म्हशीमागोमाग रेडकूंबी येतं.

आमच्या मागनं मात्र आमची म्हसरं कधीच येत नाहीत. आम्हालाच त्यांच्याकडं जाऊन वळवून आणावं लागतं. उलट आम्ही त्यांच्याकडं येऊ लागलोय असं त्यांना व दिसलं की माराच्या भ्यानं ती लांबलांबच पळायला लागतात. समजा म्हसरांत म्हसरं चिडून त्याच्या टकरी जरी लागल्या तरी आम्ही ओरडत जवळ जाताच म्हसरं राग विसरून आपापल्या वाटांनी पळतात; एवढं त्यांना आमच्या माराच भ्या वाटतं.

श्याम्या कधी म्हशीची टक्करच होऊ देत नाही. आम्ही गंमत म्हणून होऊ

देतो. एखादं बेनं वाइटावर असेल तर त्याच्या मरतुंगड्या म्हशीवर आमची म्हस मुद्दाम घालतो. त्याची म्हस घोळसून काढतो. श्याम्याच्या म्हशीवर अशीच एकदा मारकी म्हस घातली होती; पण श्याम्या आपल्या म्हशीच्या आडवं गेल्याबरोबर म्हस टक्कर न धरताच लुडूलुडू पळून गेली.

उनं चटचटून दुपार झाली की श्याम्या म्हशीला घेऊन तळ्याला येतो. तळ्यावर कुणाची ढोरंगुरं नसली म्हणजे तिथं येण्याची त्याची सवय. अशा वेळी म्हशीला पाण्यात निवान्तपणे पोहणी पाडतं. भाकरीचा ओलासुका तुकडा चावत शेजारच्या तांबड्याच्या विहिरीवर जाऊन पाणी पिऊन येतं.

तोवर म्हस तळ्याच्या पाण्यात निवान्त रवंथ करत बसलेली असते. श्याम्या चिंध्या झालेली चड्डी काढून तळ्याच्या काठावर ठेवतं. लंगोट्यावर पाण्यात उतरतं. म्हशीला आँय करून बोलावतं. एखादं शहाणा माणूस यावं तशी म्हस त्याच्याकडं येती. श्याम्या तिला दगडाच्या काळ्या चिपंनं घासून काढतं. ते तुकडा खाईपर्यंत नि पाणी पिऊन येईपर्यंत म्हशीच्या अंगाला लागलेलं शेणाचं किटान उकमारलेलं असतं. श्याम्या ते चिपेनं घासून घासून काढतं. घटकाभरात म्हस निर्मळ होती. काळीकरंद दिसू लागती. समाधानानंच घोटभर दूध श्याम्याला जास्त देती. आमच्या म्हशी आठ आठ दीस आम्ही धूत नाही. त्यामुळं शेणाच्या किटनाच्या थप्प्याच्या थप्प्या त्यांच्या अंगाढुंगणावर चढतात. तळ्याच्या काठावरही तासतासभर आमचा खेळ चाललेला असतोच. खरं तर तळ्याच्या पाण्यातच चाललेला असतो. ढोरांबरोबर आम्हीही त्या घाण पाण्यात बुड्या मारत बसलेलो असतो.

ह्या तळ्याच्या काठावर लिंबाळकराच्या गुंड्यानं श्याम्याची एकदा गंमत केली.

त्याचं असं झालं, सकाळपासनं आम्ही डाव मांडलेला. गुंड्यावर डाव आलेला. त्याची काठी कोलवीत कोलवीत लांब नेलेली. पाठीमागं आमची पोती नि पोत्याच्या खोळीत फडक्यात दुमत्या करून बांधलेल्या भाकरी पडलेल्या, कुणाचंच तिकडं ध्यान नव्हतं. जो तो काठीवर डोळा ठेवून खेळत होता.

इकडं गुंड्याच्या भाकरीचा कावळ्यांनी फडशा पाडला. गुंड्यानं गडबडीनं भाकरी ठेवली असावी. किंवा कावळ्यांना तिचाच वास लागला असावा. बाहेर आलेल्या फडक्याचा पदर ओढून त्यांनी भाकरी बाहेर काढून जमेल तेवढी खाऊन टाकली होती.

दमूनभागून परत आल्यावर गुंड्या म्हणाला, ''आयला! कावळ्यांनी भाकरीचा फडशा पाडला माझ्या.''

मग ज्यानं त्यानं आपापल्या भाकऱ्या तपासून बघिटल्या. सगळ्यांच्या सुखरूप होत्या.

''तुझीच कशी काय रं खाल्ली भाकरी? आमच्या तर जास्तानाला हाईत.''

''बांगड्यानं पराकर्म केलेला दिसतोय'' त्यानं भाकरीसंगं खायाला बांगडा भाजून आणला होता. त्याच्या वासानं कावळ्यांनी ती भाकरी बाहेर काढलेली होती.

''आता रं गुंड्या?''

''आता काय? दीसभर कॉळ कॉळ करत बसाय पाहिजे.''

तसेच आम्ही तळ्याला ढोरं घेऊन गेलो. गुंड्या मुकाट झाला होता. तो म्हणाला, ''तुम्ही जाऊन या तळ्याला. मी श्याम्या तळ्याला गेल्यावर मग जाणार हाय.'' त्यानं मनाशी काही तरी हिशोब घातला होता.

आम्ही भाकऱ्या खाऊन, ढोरांना पाणी पाजून पुन्हा परत आलो. हळूहळू श्याम्या आपल्या म्हशीला घेऊन तळ्याला चाललं. त्याच्या तंत्रानं गुंड्याही हळूहळू आपली म्हसरं तळ्याकडं वळवू लागलं.

तळ्याजवळ गेल्यावर दोघांची गाठ पडली.

''काय श्यामराव, तुझं आपलं बरं हाय म्हणंनास.''

''कशाचं?''

''एकटाच म्हस चारतोस ते. मीबी आता एकटाच म्हसरं चारणार. आयला, पोरांनी मला आज लई तंगीवलं. सगळ्यांनी मतामत केली हुती नि मला वगळून टाकलं हुतं.'' गुंड्यानं मग हळूहळू सगळ्या पोरांना शिव्या दिल्या. त्यांच्या खोड्या, कुलंगड्या श्याम्याला सांगितल्या.

बोलता बोलता दोघांचीही ढोरं पोहणी पडली. मग दोघांनीही भाकरी सोडल्या. गुंड्याची कशीबशी चतकोर भाकरी नि बांगड्याचे दोन तुकडे राहिले होते. श्याम्याचं भाकरीचं फडकं पांढरंधोट होतं. भाकरी खाल्ली की श्याम्या ते विहिरीवर पाणी प्याला गेल्यावर रोज धुवायचं. आमच्यागत तसंच चड्डीच्या खिशात चेंडू करून कोंबायचं नाही.

श्याम्यानं फडकं सप्पा केलं. दीड भाकरी नि तुरीच्या डाळीचं उसळ होती. गुंड्याच्या तोंडाला पाणी सुटलं. पोटात दुपारची भूक कोळकोळत होती. तरी त्यानं बांगड्याचा एक तुकडा उचलला नि श्याम्याच्या भाकरीवर ठेवला.

''हे घे श्यामराव तुला. नि मला जरा तुरीचं उसळ घाल.''

श्याम्यानं तो तुकडा बघितला. त्याला तो वेगळाच दिसू लागला. त्यानं विचारलं ''ही कसली भाजी?''

''बांगडा हाय, खा.''

''ईऽ! सगळा घोटाळा केलास. आम्ही बांगडा खाईत न्हाई.''

''का रं? चांगला लागतोय, खा.''

''मी जैन हाय, तुला ठावं न्हाई वाटतं?''

''न्हाई बा. माझ्या काय ध्येनातच आलं न्हाई.''

"काय करून ठेवलंस हे!"

"आराराऽ! चुकलं माझं आईच्यान! माझ्या काय डोसक्यातच असं आलं न्हाई."

"सगळा घात केलास. घालतो आता ही भाकरी म्हशीला."

"नगं नगं. म्हशीला नगं. माणसं सोडून जनावरास्नी अन्न घालू ने."

"त्येला काय हुतंय? तेवढंच टाकभर दूध तरी देईल." त्याचं हे बोलणं ऐकून गुंड्याच्या पोटात खळगा पडला तरी तो म्हणाला.

"खुळा का काय. आता तू जैन; रोज त्या म्हशीचं दूध भांड्यात काढता. तेच पिता, खाता. मग म्हशीला तरी ही बांगड्याची भाकरी कशी चालंल रं? आण ती हिकडं; मीच खातो." म्हणून त्यानं श्याम्याच्या हातातली भाकरी जवळ जवळ काढूनच घेतली नि तो बकाबका खाऊ लागला. श्याम्या त्याच्या तोंडाकडं बघत खुळ्यावाणी बसला.

दुपारचं चार वाजायचं टिपण. पाऊस नुकताच पडून गेला होता. गाडीवाटांनी तांबडं पाणी वाहू लागलं होतं. जाऊन ओघळींना मिळू लागलं होतं. वरच्या ढगांतनं उनं उमलली होती. पाण्यावर पडून पाणी चमकू लागलं होतं. आम्हा पोरांना ते चमकतं पाणी खुणावू लागलं. भिजलेली पोती माळावर उपडी टाकून आम्ही पाण्याकडं धावलो. आतापर्यंत पोत्याच्या खोळेखाली सुखरूप कोरडी राहिलेली पोरं साचलेलं तांबडं पाणी पायांनी उडवून एकमेकांना भिजवून काढू लागली. चिडाचिडी झाली. भांडणं झाली. दंगा झाला. पार्ट्या पडल्या. दोन्ही पार्ट्यांनी दोन्ही बाजूंना पार भिजवून टाकलं. दोन्ही टोळ्या दमून गेल्या.

दूरवर श्याम्या आपल्या स्वच्छ कपड्यात माळाची टिक्कीची पिवळी फुलं गोळा करत होतं. त्या बाजूला त्या फुलांना त्यांच्या वीतवीतभर लांब देठांसकट तोडून श्याम्या त्यांचा सुंदरसा कंठा तयार करत असे. तो कंठा रेडकाच्या गळयात बांधून त्याला नटवत असे. त्याला नटवून त्याच्याशी एकटाच गप्पा मारत असे... रमून गेला होता. मन भरून टिक्कीची फुलं तोडत होता.

"चला रे, श्याम्याला बलवून आणून भिजवून काढू या."

"चला चला."

"सगळी जणं नको रे. मग श्याम्या हिकडं येणार न्हाई. त्येला म्हणावं, 'श्याम्या, माळाचा मालक आलाय आणि तुला बलवाय लागलाय, जरा येऊन जा म्हटलं,' म्हणून सांगा. दोघं जणंच जावा. आम्ही बसतो हितंच." कुणी तरी ख्याट काढलं. सगळ्यांना ते पटलं.

मग दोनच पोरं श्याम्याला बलवायला गेली.

"ए श्याम्या, माळाचा मालक आलाय, त्येनं तुला बलीवलंय."

"कशाला?"

"कशाला आम्हाला काय ठावं? म्हशीच्या चराईचं पैसे भरलाईस काय?" एकानं विचारलं.

"भरंना तर, पावती हाय आईकडं. रेडकासकट पैसे भरल्यात."

"मग कशाला बलीवलंय कुणाला ठावं? बघून तरी ये चल."

श्याम्या येऊ लागलं. पोरं आनंदून गेली. सगळी पाण्याच्या डमकापाशी टप्प्या टप्प्यानं बसून राहिली. जो तो टपून राहिला. प्रत्येकाला वाटलं आता कापड घाण झाल्यावर श्याम्या भरपूर रडणार, भरपूर शिव्या देणार नि कोंडाळं फोडून पळून जाणार.

श्याम्या भर मधासावर आला.

"कुठाय मालक?"

"त्यो न्हवं काय यायला लागलाय." कुणी तरी वाटंनं जाणाऱ्या वाटसरूकडं बोट दावलं.

"बस श्यामराव. तवर एक मजा दाखवू काय तुला?"

"कुठाय मजा?"

"हे बघ मजा" पहिला.

"हे बघ मजा" दुसरा.

"हे बघ मजा" तिसरा.

असं म्हणत सगळी पोरं त्याच्यावर तुटून पडली. भराभर त्याच्या अंगावर पावसाचं पाणी उडवू लागली. त्याचं कुडतं चड्डी, टोपी तांबडीभडक करून टाकली.

पायांनी उडवल्या जाणाऱ्या पाण्याच्या चिपळ्या श्याम्याच्या साऱ्या अंगावर नि तोंडावर पडत होत्या. आणि श्याम्या पावसाचं पोर असल्यागत खदखदून हासत होतं. पाळण्यातल्या पोरागत आनंदानं हातपाय हलवत होतं. हाऽ हाऽ हाऽ असं मन उमाडून करत होतं.

आम्ही सगळे अवाक होऊन गेलो.

◆

दाट किर्र गवत

सुशीला मरण पावली. तिला कदम काकाच्या ओढ्याला पुरायला नेली असं कळल्यावर एकटाच धावत गेलो. गावापासनं कदम काकाचा ओढा तसा हाकेच्या अंतरावर. आईनंही मला 'जा'म्हणून सांगितलं.

"तू कशाला आलास आन्या? जा तिकडं. बारक्या पोरांनी मढं पुरताना बघू ने, पळ." मला दादा म्हणाला.

बाकीचेही लोक म्हणाले, "हितं कशाला आलाईस सुक्काळीच्या? जा तिकडं. खेळ जा गावात."

"अऽऽ मी येणार. आईनं मला 'जा' म्हटलंय."

"ऱ्हाऊ दे सोड. पोरगीबरोबर खेळत हुतं म्हणून आलं असंल." सुशीलाचा तात्या म्हणाला. दादा मग गप्पच बसला...

खड्डा काढून झाला होता. खोल काढलेला. तिला त्यात ठेवलं. लोक बेलाच्या पानानं तिच्या तोंडात पाणी सोडू लागले. मीही थोडा पुढे जाऊन बघू लागलो. डोळे गडद झोपल्यागत मिटलेले. ओठही मिटलेलेच. गालावर सूज आली होती. टुळटुळीत दिसतेली. कशानं सूज आली होती कुणास ठाऊक! लोक तिचे ओठ पसरून तिच्या तोंडात पाणी घालू लागले. पण ते बाहेरच सांडत होतं. पाणी घेत नाही का डोळं उघडत नाही, सगळे आपणाला पुरतात म्हणून ती रुसून बसली आहे, असं वाटलं. तिला पुरणार या कल्पनेनं मला भडभडून आलं. ओठ काढून हमसून हमसून एका बाजूला रडू लागलो. माझा मीच कुडत्यानं डोळे पुसू लागलो. पहिल्यांदा मी धावत गेलो तेव्हा "का आलास रं आन्या? जा तिकडं." म्हणून हाकलू बघणारे लोक माझ्याकडे बघून गलबलले... सगळी पुरुष माणसंच होती. सुशीची आई, थोरली भैण हौशा कुणीच आली नव्हती. बापय माणसात कुणीच रडत नव्हतं. खुळ्यासारखा मीच रडत होतो. सुशीचा तात्या माझं डोळं पुसत म्हणाला, "रडू नको, गप रे... गप." त्यानं माझे पुन्हा डोळे पुसले.

शेवटी हळूच मला सुशीजवळ नेलं. "चेंबल्यातलं पाणी तिच्या तोंडात घाल."

म्हणून सांगितलं. मी तिचं तोंड आ ऽ करण्याचा प्रयत्न करून पाणी घातलं... थोडं तिच्या पोटात गेल्यासारखं वाटलं... सुशीच्या ओठांना बोट लावताना डोळे जास्तच पाण्यानं भरले, नि आवंढा आवरेना झाला.

सगळ्यांनी हळूहळू तिच्यावर माती सारली. सगळी माती तिच्यावर सारून मोठा ढीग केला. त्याच्यावर काट्यांची दोन शिरी तोडून घातली. शिऱ्यांवर भरायची पाटी घातली. दोन तीन मोठे दगड आणून ठेवले... एक एक दगड एक माणसाच्या उचलणीचा... हिच्या अंगावर एवढं कशाला घातलं? हिचं खाली काय हुईल? हिला उठायचं असंल तर कशी उठंल?... माझा जीव कळवळला.! 'हळूच अबदार माती घाला. तिला घराकडं एखाद्या वक्ती यायचं असंल. उठून यायला सोपं जाईल. एवढी माती घालू नका,' म्हणून सांगावंसं वाटलं. पण धाडस झालं नाही... सगळ्यांना राग आला... सुशी घराकडं येऊ ने म्हणून सगळी असं करत्यात, माझी खात्रीच झाली... माझ्यापुरती मी थोडीशीच माती टाकली. तीही तिच्या तोंडावर टाकली नाही. खाली अंगावर.

खाली माना घालून माणसं परत आली.

माझे डोळे बघून आई म्हणाली, "रडलास काय रं?"

"रडू आलं."

आई हसली.

दादाला आंघोळीचं पाणी दिलं.

दादाची आंघोळ झाली. मला कपडे काढायला सांगितलं.

"चल."

मी न्हाणीत गेलो.

"घे अंगावर दोन तांबे." ...आईनं असं का सांगितलं कळलं नाही.

"असं का गं?"

"घे म्हंजे तुला सांगती."

मी घेतले.

मग आईनं आंघोळ घालायला सुरुवात केली. "मयतीला जाऊन आल्यावर बिनशिवता आंघूळ करायची असती. म्हणून तुला दोन तांबे घ्यायला सांगितलं. आता शिवाशिव गेली. आता मी घालती तुला."

"मयती म्हंजे?"

"सुशी मेली. तिला मयत म्हणायचं."

"सुशी आता जिती हुणार न्हाई?"

"आता कुठली जिती हुईल? एकदा माणूस मेलं की मग कुठलं जितं हुईल?"

"तुला काय ठावं?"

आई काहीच बोलली नाही

"सांग की."

"माणूस मेलं म्हंजे जितं हुईत न्हाई, लेकरा."

"ती निजल्यागत दिसत हुती. माणसांनी माती टाकून तिला पुरली. वर दगडं रचली... एखाद्या वक्ती आतल्या आत जागी होऊन उठायची धडपड सुदीक करंल ती."

"तू अजून ल्हानगा हाईस म्हणून तुला तसं वाटतंय... पर आता गेली ती. आता न्हाई यायची."

मला वंगाळ वाटलं. पुन्हा रडायच्या बेताला आलो. पण आई म्हणती ते खरं असणार नाही, याची खात्री होती.

"मग तिच्यावर एवढी माती, काटं, दगडं, बुट्टी घालायचं काय कारण हुतं? जरा अबदार माती घाटली असती तर ह्येंचं काय जाईत हुतं? तिला यायचं असतं तर ती आली असती."

"असू दे, गप्प आता... सारख्या मयतीच्या गोष्टी करू नेत... न्हाई तर सपनात येतं मेलेलं माणूस."

"मेल्यावर कसं येईल?"

"भूत होऊन येतं."

"भूत होऊन?"

अंग पुसत आई म्हणाली, "हां! गप बस बघू आता तू. जेवायला बस चल. मळ्याला जा त्येंच्याबरोबर. चवळ्याच्या शेंगा घेऊन ये जा. रातचं त्येच्या दाण्यांची आमटी करू."

मला ती आमटी नेहमी खावीशी वाटायची.

मी मळ्याकडं दादाबरोबर गेलो.

वाट कदमकाकाच्या ओढ्यावरनंच जात होती. उन्हाळ्यापुरती ही मधली वाट. पावसाळ्यात माळानं जावं लागायचं.

ओढ्याच्या काठावर लांब एका बाजूला तो ताजा मातीचा ढीग दिसला... झोपलेली सुशी मनासमोर आली... मळ्याकडं चालू लागलो तरी मनातनं जाईचना.

..माळाला ढोर चरायला सोडून मी, आक्का, हौशा, सुशी अशी सगळे एका जागी खेळायचो. खड्यांनी, कालांनी, जेवणापाण्यांनी सण व्हायचा. शेंगाच्या दाण्याच्या पाकोळ्या करून त्यात गूळ घालायचा नि पुन्हा त्या पाकोळ्या एकमेकाला चिकटवायच्या. मग त्याचेच लाडू, त्याचेच कानवले असायचे. बाहुला-बाहुलीचं लग्न व्हायचं. कधी माझं आणि सुशीचंच लग्न व्हायचं. माझी आई आक्का आणि सुशीची आई हौशा... लग्नाची बोलणी व्हायची. दागिन्यांची बोलणी व्हायची. लगीन

लागताना दागिनं घातलं नाहीत म्हणून भांडणं व्हायची. रुखवताला दुरडीत लाडू, कानुलं कमी म्हणून भांडणं... मग लगीन.

मीच नवरा नि मीच ताशा, ढोलगं, सनई वाजवायचा.... .तडाम तडाम, ढाम ढाम आँ सगळं एकदम वाजवायचा. मग आम्ही दोघे नवरा-बायको प्रपंच करायचे. बायको नीट कामं करत नाही म्हणून मी तिला शिव्या द्यायचा. खोटं खोटं मारायचा. मग सुशी माहेरला पळून जायची. मग माझी सासू नि सुशीची सासू अशी दोघींची भांडणं व्हायची. सगळं आमच्या गल्लीत नि घरात घडत होतं तसंच आम्ही करत होतो.

सुशीचं आणि आमचं घर एकाच गल्लीत. रानही मधला ढामीण ओढा सोडला तर शेजारी शेजारी. एका माळालाच ढोर चारणं, त्यामुळं सगळी मिळून माळाला जाणं, घराकडं येणं, खेळणं व्हायचं... उन्हाळ्यात ढोर राखणी नसली की घरात जेवणा-पाण्यानं खेळणं. आम्ही दोघे नवरा-बायको ठरलेले. उगी उगी मारता मारताच एखाद्या वेळेस खरोखर लागायचं. एखाद्या वेळेस नवी शिवी मला ऐकायला मिळालेली असायची. मी ती द्यायचा.. पण ती घाण घाण असे. मग हौशा नि अक्काही आईजवळ मी घाण घाण शिव्या देतो म्हणून चहाडी करत... त्यांतूनच मी नि सुशी नवरा-बायको म्हणून खेळतो हे तिला कळे नि सुशीची आई नि माझी आई आमच्या लग्नाच्या कल्पना करत. पुढचं काही बोलत बसत... माझ्या मनात मोठेपणीचं आमचं नवरा-बायकोपण येई... कधी मी दांडगा होईन असं होऊन जाई.

रोज सकाळी उठल्याबरोबर दादाला मळ्याकडं चहा आणि न्याहारी घेऊन जाण्याचं माझं काम... दुसऱ्या दिवशी तसाच सुशीच्या गोरीकडं बघत निघून गेलो. आढ्याला ती येऊन उताणी झोपल्यासारखी वाटे...सुशी उठतच न्हाई... कशी उठणार? मातीचं, दगड-धोंड्याचं, काट्याकुट्याचं ओझं.

तिसऱ्या दिवशी गोरीजवळ जाऊन बघितलं तर काहीच हालचाल नाही. सगळं शांत. ताजी माती वाळून गेलेली. सुशीनं बिलकूल हालचाल केली नव्हती.

चौथ्या दिवशी जाऊन बघितलं तर द्रोण, पत्रावळी, दोन मातीची बुडुकली, लाकडाची रंगीत बाहुली... हे कुठलं? सुशीचा खेळ ह्यो! ती रात्री जिती झाली असणार. खेळ हितंच ठेवून पुन्हा जाऊन निजलीय... एकटीच रातचं उठून खेळत असणार. तिच्या सोबतीला कोणच न्हाई. बरोबर खेळायला कोण न्हाई... "सुशी, ह्या भावलीला भावला करतीस तू? मी तुझ्याकडं खेळायला येत न्हाई म्हणून ह्येचा न्हवरा करून खेळतीस?" मी बाहुली हातात घेतली. नवी कोर. दोन्ही बुडुकल्यांत दूध नि चहा. ती तशीच कलंडून पडलेली. दूध- चहा वाळून गेलेला.

चहा- न्याहारी देऊन परत आलो. आई जेवणाच्या भाकरी बडवत होती.

"आई, रातरी सुशी जिती झाली हुती."

“अगं बाई! तुला कुणी सांगितलं?” तिचं कौतुकानं बोलणं.

“तिच्या गोरीवर तिचा खेळ पडलाय.”

“आरं ऽऽ देवा! तू गेला हुतास का काय तिकडं?” तिचा कौतुकाचा सूर अचानक काळजीत बुडाला.

“न्हाई. वाटंवर तर हाय. लांबनं दिसतंय.” मी खोटं बोललो.

“जाईत जाऊ नको बरं काय तिकडं.”

“का?”

“कशाला जायाचं तिकडं? मेलेलं माणूस भूत हुतंय. तुझ्या मानगुटीवर ते बसलं म्हंजे मग?”

“हट! सुशीचं भूत कसं माझ्या मानगुटीवर बसंल?... .आणि सुशी भूत हुणारच न्हाई. ती जिती होऊन रोज रातचं गोरीवर बसून खेळतीया. तिचा खेळ जाऊन बघ जा वाटलंच तर.”

“तसं न्हाई बाबा ते. कालचा दिस तिसरा हुता. काल दुपारी सुशीचं आई-बा तिला जेवण घेऊन गेलं हुतं. तिच्या आवडीची भावली, बुडुकली, च्या- भजी न्हेल हुतं. ते तिथं पडलं असंल.” आई मला समजुतीच्या सुरात सांगू लागली.

“म्हंजे मग सुशी जिती हुईत असणार. भावलीसंगं खेळत असणार, च्या पीत असणार. भजी खात असणार.”

आईनं कपाळावर हात मारला. वैतागून बोलू लागली. “आता कसं सांगू तुला तरी?...आरं, सुशी जिती कशी हुईल आता?”

“मग कशाला तिची भावली, च्या भजी ठेवली तिथं?”

“गोरीच्या भवतीनं मयताचा जीव घुटमळत असतो तीन दीस. घराच्या वाटंकडं बघत बसतो. आपलं अन्न, आपल्या जिनसा मागत असतो. म्हणून त्येला ते तिसऱ्या दिशी द्यायचं असतं.. .दिलं की जीव थंड हुतो.”

“आणि मग कुठं जातो?” मला प्रश्न पडतच होते. सुशी जितीच असणार असं वाटत होतं.

“सुशीला का जितं करत नाही त्यो जीव?”

“कसं करणार मेलेला जीव? तीन दिसांनी त्यो भूत होऊन भुतांच्या जन्माला जातो...”

“कुठं?”

“भुतांच्या राज्यात.”

“भुताचं राज्य असतं?”

‘तर?’

“कुणीकडं?”

"लांब तिकडं घुमटाच्या माळाला... चल आता जेवायला बस. ताजी ताजी भाकरी झालीया."

तिनं तिथंच बोलणं संपवलं... ती काही तरी लपवतीय असं मला सारखं वाटत होतं. सुशी बरेच दिवस आजारी पडली, सुजली, तिच्या आईला त्यामुळं कामाला जाता येत नव्हतं; म्हणून ती त्यांना नको झाली असणार; म्हणूनच तिला गडद निजलेली बघून पुरलेली असणार; असा विचार मनात सारखा सारखा येई.

...सुशी पुन्ना उठू ने म्हणूनच त्येंनी एवढी माती, एवढं काटं, एवढी दगडं तिच्यावर ठेवल्यात

आपूणबी असंच आजारी पडलो तर आई-दादा असंच करतील. आपूण आजारी पडायचंच न्हाई. दादा कामं न्हाई केली तर सारखा मारतोय.. .मार खाऊन मी मेलो तर?...आता दादा सांगंल ती कामं करत राहायाचं. मरायचंच न्हाई.

जेवणं झाल्यावर रात्री आईजवळ झोपलो.

चिमणी विझवली होती. अंधाराची भीती वाटू लागली. आईच्या दुसऱ्या बाजूला माझी दोन वर्षांची बहीण होती... मी आईला जाऊन चिकटलो.

तिला किंतू होताच. ती माझ्याकडं वळून मला जवळ घेत म्हणाली,

"का रं? भ्या वाटतंय काय?"

"हं!...आई, मला आता गडद नीज लागंल काय गं?"

"लागंल की. का?"

"मग गडद नीज लागल्यावर दादा मला उचलून पुरायला न्ह्याचा न्हाई?"

"न्हाई माझ्या सोन्या." तिनं मला जवळ ओढून घेतलं.

"कुणी सांगितलं तुला हे?"

"कुणी न्हाई. सुशी गडद निजली हुती. तिच्या बाबानं तिला तसंच न्हेऊन पुरलंय."

"कसं सांगू तुला? तसं न्हाई लेका. ती मेली हुती."

"तिच्या बाऽला काय ठावं? मेली हुती का निजली हुती ते?"

"ठाव हुतंय. नाकातलं वारं बंद हुतंय. काळीज उडत न्हाई. अंग थंड पडतंय."

"आंघूळ केल्यावरबी अंग थंड हुतंय की. आणि आंघूळ करून गडद नीज लागली तर? नीज लागल्यावर नाकातनं वारं कसं जाणार?"

"ते कायम जातंय....तू आता गप नीज. मनातनं ते समदं काढून टाक."

"दादा मला सारखं का मारतोय?"

"तू काम करत न्हाईस म्हणून."

"मग मी मार खाऊन खाऊन मेलो म्हंजे"

"न्हाई मरायचास. मी आता त्यांस्नी मारू देणार न्हाई तुला."

"मागच्या ऐतवारी मला 'च्या सांडलास' म्हणून चाबकाच्या कोयंड्यानं मारलं...तर दिवाणजीच्या मळ्यातला दऱ्याप्पा आजा म्हणाला, 'किती मारतोस हे? पाटदिशी पोरगं मरंल की.''

"...मी सांगती त्यास्नी. तू नगं काळजी करू. तू आता नीज बघू."

...आढ्यातल्या अंधाराकडं बघत मी पडून राहिलो. आईनं दिवा लावला नि लांब मिणमिणता ठेवला.

...सुशी पांढऱ्या कापडाचं परकर-पोलकं नेसून नटून आली होती. तिला गुंडाळलेल्या कापडाचंच तिनं ते शिवलं होतं. काखंत बाहुली होती. तिच्या परकराच्या ओट्यात भज्यांचा पुडका होता. तोंडावरची सूज उतरलेली...तिला खडखडीत बरं वाटतेलं.

"ढोर राखायला आला न्हाईस?" मला म्हणाली.

"न्हाई आलो. आई म्हणती आता मला शाळंला घालायचं."

"मग तुला खेळायला मिळणारच न्हाई. आम्ही बघ कसं ढोराकडं खेळून आलो."

"काय काय खेळलासा?"

"जेवणापाण्यानं, न्हवराबायकून...तू आला असतास तर तुला आक्कानं न्हवरा केला असता माझा."

"मग कुठला न्हवरा केलास तू?"

"ह्यो भावला... भजी पाहिजेत काय?"

"दे की."

"मग मला काय देणार?"

"तुला कायबी देईन."

मला तिनं भज दिलं. नि बाहुलीला काखेत घेऊन गेली. राती असं काय झालं होतं ते मी आईला सकाळी उठून सांगितलंच नाही... उगंच आई काळजी करती. काय तरी खोटं खोटं सांगती.

सकाळी उठून चहा घेऊन मळ्याकडं चाललो. आईला पत्ता नाही ते चड्डीचा खिसा भरून शेंगा घेतल्या...परड्यात जळणाच्या नांगट्या आणायला गेलेली बघून थोडा गूळ घेतला.

चहा घेऊन मळ्याकडं चाललो.

कदमकाकाची पांद ओलांडल्यावर ओढा लागला. हळूच सुशीजवळ गेलो. तिच्या गोरीवर निम्मा शेंगा ठेवल्या. थोडा गूळ ठेवला. नि पुढं निघून गेलो.

दुसऱ्या दिवशी जाऊन बघतोय तर शेंगा तशाच. गूळ तेवढा नव्हता. तेवढाच राती नेलेला...शेंगापेक्षा तिला गूळच जास्त पाहिजे असायचा. शेंगा काय रोजच

खायाला मिळत्यात... पर गूळच कुणी जास्त देत न्हाई. मागून तरी घ्यावा लागतो, न्हाईतर चोरून तरी घ्यावा लागतो.

चहा घेऊन चाललो होतो. चहाचं चेंबलं हाताला ऊन ऊन लागत होतं...जाताना सुशीला थोडा चहा द्यावा असं वाटलं... कदमकाकाच्या पांदीतनं मी चाललेला...मोसंब्याचा घमघम वास येत होता. कदमकाकाची मोसंब्याची बाग तोडायला आलेली. हिरवी, पिवळी मोसंबी. रानाभोवतीनं काट्याची तार.

लांब ओढ्याजवळ आलो. चहाचं चेंबलं तारेजवळ ठेवलं. तार दोन्ही हातांनी फाकली नि आत गेलो. पिवळी पिवळी दोन मोसंबी तोडली. दोन्ही खिशांत दोन घातली...हळूच बाहेर पडलो नि चेंबलं घेऊन भन्नाट मळ्याला गेलो.

खोपीत जाऊन दोन्ही मोसंबी कुडात दडवून ठेवली नि धावेवर चहाचं चेंबलं घेऊन गेलो.

परतताना एक मोसंबं सोलून वाटेतच खाल्लं. दुसरंही सोललं. नि अर्ध खिशात ठेवून अर्ध खाऊन टाकलं. ओढ्यापाशी आल्यावर ते सुशीजवळ हळूच ठेवलं. नि घराकडं गेलो.

दुसरे दिवशी तिथं मोसंबं नव्हतं.

मला आनंद झाला...दोन-तीन वेळा तसं केलं; तर दोन-तीन वेळा तसं झालं.

मला राहवेना. किनीट पडत होती. सोम्याच्या उंबऱ्यात बसून मी आणि आक्का मिठाचं पाणी देऊन भाजलेलं हरभरं खात बसलो होतो. मी आक्काला हळूहळू सांगितलं.

आक्का म्हणाली, "सुशी आता भूत झालीया. भुतांच्या राज्यात ती गेलीया. तिथनं ती सपनात येती. गोरीवरचं चांगलं वाटलं ते खाऊन जाती."

"आणि मग उपाशीच? तेवढ्यानं कसं पोट भरणार तिचं?"

"ते का? भुताच्या राज्यात रग्गड खायला मिळतंय. कानूलं, गूळ, भजी, राजगिऱ्याचं लाडू, चिरमुरं... भुतास्नी काय कमी? नाव घेईल त्येची ताटंच्या ताटं त्येंच्यासमोर येत्यात."

"खरं?"

"तर."

"ती ऱ्हात्यात कुठं?"

"कुठंबी. पाण्याच्या तळ्यात, पडक्या हिरीत, वसाड रानमाळावर, झाडावर."

"आणि मग दिसत कशी न्हाईत?"

"त्येंच्याजवळ ताईत असत्यात. ते ताईत गळ्यात घातलं की ती दिसत न्हाईत... रातसारी ती हिंडत असत्यात."

"खरं?"

“दावलसाबानं एकदा त्येंच्या पालखीचा ताईतच तोडून आणला हुता.”
“का?”
“भुताचा ताईत, न्हाईतर गोंडा जवळ असला की मागंल ते मिळतंय.”
“खरं?”
“खरंच.”
“आपूणबी सुशीकडनं एक ताईत, न्हाईतर पालखीचा गोंडा मागून घेऊ या.”
“ती कुठली देईल? आणि गाठ तर कशी पडंल?”
“मला गाठ पडंल ती.”
“गप बसता का न्हाई आता. काय चाललीया बडबड... उठली सुटली की सुशी. ”

बोलता बोलता आमची बोलणी मोठी कधी झाली होती याचा पत्ताच लागला नाही. आईनं भाकरी थापटता थापटता दटावल्यावर आम्ही गप्प बसलो.

सुशीच्या गोष्टी रोज राती निघू लागल्या.

मला तिचं राज्य आवडू लागलं. तिची पालखी, तिचा ताईत, तिनं वाट्टेल ते खायला मागितल्यावर तिला मिळणं, मनात आल्याबरोबर कुणाला न दिसणं, पाण्यावरनं चालणं, झाडांच्या शेंड्यावर जाऊन चांदण्यात गप्पा मारणं, सगळ्या मुलखातनं लांब लांब हिंडणं, आणि कधीच न मरणं... भुतांचं हे मला आवडू लागलं...सुशी आता भूत होऊन रमलीय. मजा मारत असणार. म्हणूनच तिला आमची आठवण हुईत नसणार. न्हाईतर जिती होऊन आली असती... आपूण मेलो ते बरंच झालं, असं तिला वाटत असणार. तिला नवं परकर-पोलकं मिळालं, भावली मिळाली. काय वाट्टेल ते खायला मिळतंय. ताईत मिळाला असंल. भुतांच्या राज्यात ती आता बारकं भूत झालेली असणार.

आपूणबी गेलं पाहिजे त्या राज्यात. सुशी आपल्याला न्हेईल. माळाच्या पोटातलं भुतांचं बंगलं बघायला मिळतील. पालखी बघायला मिळंल, एखादा ताईत मिळंल. पालखी ठेवून टाकली की हळूच खोपड्यात दडून बसायचं नि चटाकदिशी गोंडा तोडून घ्यायचा. नि ठाँ पळायचं...एकदा का पालखीचा गोंडा हातात आला की मग भुतं काय करत न्हाईत म्हणं. ‘राम राम’म्हणायचं नि हातातला गोंडा सोडायचा न्हाई... आपूण सुशीचा न्हवरा हाय असं सांगितल्यावर कुणीच काय करणार न्हाई.. .सुशीकडं आपल्याला रातचं जायला येईल. येत्या पुनवंला जाऊ या... आमुशापेक्षा पुनवंला गेलेलं बरं. टिपूर चांदणं पडलेलं असतंय. मग सापा-किरडुक्याचं भ्या न्हाई.

मी पुनवंची वाट बघू लागलो. कुणालाच काय सांगिटलं नाही. मात्र आईला खोदून खोदून विचारून पुनव कधी ते माहीत करून घेतलं. चांगलं काही खायला

मिळालं तर जाता येता सुशीला देऊ लागलो.

कदमकाकाच्या राखण्याच्या ध्यानात आलं होतं की मी बागेत घुसून मोसंबी पळवतो. पांदीजवळच्या खोपीच्या टेकडावर तो बसलेला असायचा...तिथनं पांदीत जातानाच मला तो ताकीद द्यायचा... म्हणून तीन-चार वेळापेक्षा जास्त मला सुशीला मोसंबीच देता आली नाहीत... पण आता ती देण्याचं काही कारण नव्हतं. तिला काय वाट्टेल ते देणारा ताईत मिळाला होता.

पावसाळ्याचे दिवस जवळ आले होते. त्या दिवशी कडाडणाऱ्या विजा होऊन सांज करून 'धो धो'पाऊस ओतला. गारा पडल्या. चावीच्या पाण्यागत पावळण्या वाहिल्या. गाव सगळं धुऊन निघालं. रात्री काळोख खूप पडला...गावात दोन तास रातीलाच धुडूप झालं. पडलेल्या पावसाचं पाणी सगळ्या गावभर डमकातनं साचलं होतं... गाव शांत शांत. कुणाचीच जा- ये नाही. विजा कुठंतरी पडल्या असाव्यात इतक्या कडाडून वाजल्या.

मी जेवून झोपी गेलो. सुशी पावसातनं खाली आली होती. मला भेटली. खूप खूप गमज्या असते म्हणून सांगू लागली. तिच्याजवळ एक पंखाचा घोडा होता. काळाभोर घोडा त्याला पांढरेफेक पंख. चिकटवल्यासारखे...जादूच्या सिनेमातल्यागत त्येच्यावरनं उतरली...घोड्याच्या गळ्यात कितीतरी चांदीच्या ताईतांचे दागिने घातलेले. तिच्या गळ्यात सोन्याच्या ताईतांच्या माळा. दोन वेण्या. दोन्ही वेण्यांना दोन पालखीचे गोंडे. तिच्या गळ्यातले पिवळे ताईत चमचम चमकत होते. डोळे दिपवून टाकतं होते.

घोड्यावर बसूनच म्हणाली, "येतोस का आमच्या राज्यात?'

"येतो की."

"चल तर. आटीप. उशीर नगं. पालखी निघायची वेळ झाली. नवी कापडं घालून ये."

"थांब; मी कापडं घालून येतो."

मी नवी कापडं घालायला गेलो. तर कापडंच त्या अंधारात गावेनात. कशीबशी हुडकून काढली नि घातली. येऊन बघतो तर सुशी गेलेली...गेली वाटतं. मला फसवलं. का पालखीची येळ झाली म्हणून गेली असंल? तसंच झालं असणार... भुतांचा राजा लई तापट असतो. येळंसरी ज्येनं त्येनं पालखीला आलं पाहिजे, त्येनं नेम केलेला असणार.

जाग आली.

आई दिवा लावून ढेकणं मारत बसली होती. दिवा माझ्यासमोरच ढणढणत होता...सोन्याच्या ताईतासारखा त्याचा रंग पिवळा- हडूळ दिसत होता.

पावसानं मधली ओढ्याची वाट बंद झाली. रानातनं चिखल झाला होता.

त्यामुळं माळानं मला चहा घेऊन जावं लागलं...चार- पाच, चार- पाच दिवस उघडीप सोडून सारखे पाऊस पडले. पांदीत खूपच चिखल झाला.

...मला माळानंच जावं लागू लागलं. पुनव जवळ येत चालली. मधे एक पुनव पत्ता नाही ते चुकून गेली. माझी दोन्हीही कुडती जुनीच होती. एकही नवं नव्हतं.

"आई, मला नवीन एक कुडतं-चड्डी शीव की." आईला मंगळू लागलो.

"आता पंचमीला शिवू या म्हणं."

"नगं, आत्ता शीव."

"आत्ता कशी, अशी अधी नि मधी शिवायची? एक तरी सण हाय का आता? सण आल्यावर नवी कापडं शिवायची."

"मग सण कवा?"

"सण अजून दोन म्हैने लांब हाय."

"आणि पुनव कवा?"

"पुनव आली आठ दिसावर... तुला काय करायची ती सारखी सारखी पुनव?"

"मला पुनवंच्या आधी नवी कापडं पाहिजेत."

"कशाला?"

"मला जायचंय."

"कुठं?"

"कुठं न्हाई."

...मला आईला सांगायचं नव्हतं. सांगायचं ओठांवर यायचं पण मी आवरत होतो.

कपडे शिवण्याबद्दल आईला सारखं टुमणं लावू लागलो. पुन्हा पुन्हा कपडे शिवण्याविषयी सांगू लागलो. प्रत्येक वेळेला ती विचारे. पण कुठं जाणार, हे काही मी सांगत नसे. त्या दिवशी मला सांगावं लागलं...

"शीव की आई मला नवी कापडं."

"कशाला?"

"मला जायचं हाय."

'कुठं?'

"कुठं न्हाई."

आईला ठाऊक होतं की 'कुठं?' ला माझ्याजवळ उत्तर नाही. म्हणून म्हणाली, "कुठं जायाचं सांग, मग शिवती-'

"सुशीकडं."

"सुशीकडं?...का व्हैक म्हणू का व्हणार...खूळ लागलंय का काय तुला? काय याड घेऊन बसलाईस हे मनात?"

"अंऽ! मला जायाचं हाय... शीव मला कापडं."

"कशाला जायाचं हाय?"

"जायाचं हाय ताईत आणाय."

"कशाला ताईत?"

"मला पाहिजे..."

पण आईनं काही डाळ शिजू दिली नाही. पुनव जवळ येत चालली. मी 'शीव की नवी कापडं' म्हणून रडलो, ओरडलो, जेवलो नाही, रुसून तसाच झोपलो. माझं कुणी ऐकलंच नाही.

...दुसरे दिवशी दादानं पोटभर मार दिला तरी रात्री आईजवळ न जेवताच पुन्हा हट्ट धरून बसलो.

...चांदणं टिपूर पडलं होतं. पुनवच होती ती. सिरमा काकीकडं जाऊन विचारून आलो...

दोन दिवस अगोदर सुशी पुन्हा बोलवून गेली होती. नवी कापडं तर मिळत नव्हती. शेवटी तसंच जायचं ठरवलं. उठून जायला लागलो.

आई म्हणाली, "कुठं चाललास?"

"सुशीकडं."

'काय खूळ का काय हे?" म्हणून बकोटं धरून तिनं मला दोन- चार दणकं दिलं.

मी ओरडू लागलो. हात सोडून घेऊ लागलो. पुन्हा पाठीत दणकं बसलं. तसा हाताला हिसडा मारून अचानक हात सोडवून घेतला नि ओढ्याच्या दिशेनं पळू लागलो.

...पालखीची वेळ भरत आली होती. सुशीनं ओढ्याला यायला सांगितलेलं... ओढ्याची झाडं चांदण्यात डुलत बसलेली.

आईनं आरडाओरडा केला. लोकांना 'पोराला धरा धरा' म्हणू लागली.

तिकटीवरच्या दाढीवाल्या दावलसाबानं मला धरलं.

सगळी गल्लीतली माणसं भोवतीनं जमली.

माझं रडणं नि 'मला सुशीकडं जायचंय' म्हणून धोशा सुरूच.

"लागीरलंय वाटतं गं बाई. आज पुनंव हाय. सुशी लागीरली असणार त्येला. पठाऱ्याकडनं मत्तीर घालून तरी आणा." कुणीतरी म्हातारी म्हणाली.

मला तिथंच धरून ठेवलं. माणसांची गर्दी जास्तच वाढली. दादाला मळ्याकडं बोलावणं पाठवलं...माझं रडणं सुरूच. 'मला सुशीकडं जायचंय.' घशाला कोरड पडली होती; तरी मला रडं थांबवावं असं वाटेना. हात सोडवून घेऊन सुशीकडं जावं असं सारखं वाटतेलं.

"...मला सोडा. मला सुशीकडं जायाचं हाय." मी बोंबलायला सुरुवात केली. धरलेल्या माणसाचं हात चावू लागलो.

...दादा आला. त्यानं मला उचलून घेतलं. माझ्याशी एकदम गोडीनं बोलायला लागला.

"कुठं जायचे हाय तुला, आन्दा?"

"सुशीकडं."

"चल मी घेऊन जातो तुला. चल."

त्यानं मला उचलून उरासंगं घेतलं नि खांद्यावर झोपवलं.

"मला सुशीकडं जायचाय." मी ओरडतच होतो.

"चला चला तिकडंच चला... खंदील आण गं लावून. बरोबर एक असू दे. बाबज्याला घरात निजायला सांग. आत्ताराकडं जाऊन पंचरंगी दोरा, धूप, एक नारोळ, दोन लिंबू सुया, हळद- कुक्कू घेऊन ये. तवर मी चलतो पठाऱ्याकडं." दादा आईला सांगत होता नि मी त्याच्या खांद्यावर रडतच होतो.

रडून रडून खांद्यावरच कधी झोप लागली ते कळलं नाही.

जाग आली तेव्हा सगळं अंग ठणकत होतं...बाहेर धो धो पाऊस पडत होता. शेकडो पावलं त्या कौलावर वाजत होती.

गळ्याला गार गार लागलं... अंधारातच चाचपून बघितलं तर कुणी तरी एक ताईत गळ्यात बांधला होता.

महिनाभरानं मी घरातून बाहेर पडू लागलो. पेरण्या झाल्या होत्या. मधली ओढ्याची वाट कधीचीच बंद झालेली.

माझं मळ्याकडं जाणंही बंद केलेलं.

असेच दोन- चार महिने गेले. पावसानं थोडी उघडीप दिलेली. सगळ्या रानभर पिकं ठेल लागलेली.

आईचा डोळा चुकवून पान्दीचा चिखल, काटंकुटं तुडवत ओढ्याला आलो. सुशीची गोरच कुठं दिसेना...ओढ्याच्या पूर-पाण्यानं ती पार वाहून गेलेली. भुईसपाट झालेली. तीन दगडं तेवढी इकडं तिकडं ढकलल्यागत झालेली.

जिथं दगडं पसरून पडली होती तिथं सुशीच्या झिपऱ्यासारखं जास्तच काळेभोर गवत उगवलेलं...कशानं तरी तेवढीच जागा चांगली खतली होती.

◆

उपाशी जाळ

गल्लीची तिकटी लागली की, गाव संपत होतं. चाळीसभर पावलांवर मांगवाड्याची घरं लागत होती. गावात मांग वस्ती थोडीशीच. स्वातंत्र्य मिळालं तेव्हा- म्हणजे पन्नासभर वर्षांपूर्वी मांगाचं एकच घर होतं. गावाला ते पुरेसं होतं. भाऊ मांग, दावी, कासरं, नाडा- सोंदूर, शिंकी, चऱ्हाटं, साळुतं, बोरे सगळं काही गावाला पुरवत होता. मिळेल ते बैतं सुखानं खात होता. पोटाला पाच पोरं नि तीन पोरी. पण सारं घरदार रातध्याड कामात बुडालेलं असे. त्या घराची नंतर पाच घरं झाली.

गाव सुधारत जाऊ लागलं. कोयनानगरची वीज आल्यावर विजेवरचे पंप आले नि मोटा गेल्या. मोटांबरोबर सोंदूर- नाडा गेलं. निम्मा धंदा कमी झाला. औताची जनावरं कमी झाली. नंतर ट्रॅक्टर आणि त्याच्याबरोबर बाकीची लोखंडी यांत्रिक अवजारं आली नि होती तीही औताची बैलं गेली. त्यांच्याबरोबर नांगर, कुळव, गाड्या गेल्या. मग त्यांना लागणाऱ्या दोऱ्या, कासरं, काढण्या, वडण्या, दावी, चऱ्हाटं गेली. मांगांचा धंदा पारच बुडाला. पोरंबाळं उपाशी मरू लागली. दीस जातील तसं दोन घरांनी शहरं गाठली. तीन घरं, 'आता कुठंबी जाऊन मोलमजुरीच करायची नि मरायचं. मरायचं तर मग हितंच पांढरीत मरू. निदान ऱ्हायाला घर तरी हक्काचं हाय हितं,' असं म्हणून गावाची माती धरून राहिली. मिळेल तो रोजगार, मजुरी करू लागली. कधी पोटाला चिमटा देऊन तशीच मरू लागली.

गोपा मांगाची गोदा रातध्याड पोराबाळांच्या तोंडात घास-तुकडा पडावा म्हणून सारखी धडपडत होती. दुसरी कामं करताना गोपा येडबडून जाई. गोदा त्याला बोलबोल बोलत राही. सगळा धंदा बसला याचा दोष पूर्णपणे गोपाचाच आहे, असं तिच्या अडाणी मनाला वाटे.

दिवाळीचा सण गावात सुरू झाला होता. सणगर गल्लीतल्या पोरांचा घोळका कोपऱ्यावर खेळात रमून गेलेला. पोरांच्या जिभांवर शेव, चकल्या, कडाकण्या यांच्या चवी जिरत होत्या. खेळता खेळता पोरं दाढा हलवत होती. त्यांचा खेळ बघत

गोदाची रत्नी आणि शंकऱ्या वळचणीला गप बसून राहिलेली.

राणू चव्हाणाच्या दिनूनं घरातनं ताजी कुरकुरीत कडाकणी आणली नि तो खेळात सामील झाला. बघत बसलेल्या रत्नीच्या आणि शंकऱ्याच्या तोंडाला पाणी सुटलं.

दिनूनं घेतली होती तशी एक कडाकणी रत्नीनं कल्पनेनंच आपल्या हातात घेतली. कल्पनेनंच कुरतडून खाल्ली. सगळं खोटं खोटं; पण तोंडाला पाणी तेवढं खर खरं सुटलं.

एका बाजूला उभ्या असलेल्या दिनूनं कडाकणी तोंडात धरून चावताना दोन कुरकुरीत तुकडं खाली पडलं. शंकऱ्याच्या मनात होतं तसं झालं. त्यानं हळूच जाऊन ते उचललं नि जिभेवर अलगद ठेवलं. कितीतरी वेळ ते दोन्ही तुकडं जिभेवर विरघळत राहिलं.

रत्नीनं ते बघितलं. दुसऱ्या बाजूला जाधवाचा पर्ब्या दोन्ही हातात दोन करंज्या घेऊन बकाबका खात होता. रत्नी त्याच्याजवळ जाऊन मुकाट उभी राहिली. त्याच्या तोंडाकडं मटामटा बघू लागली. खाली एकही तुकडा पडत नव्हता. करंजी मऊ होती. पोटात नुसतं तोंडातलं पाणी जात होतं. आत आत कालवाकालव होत होती. शंकऱ्याच्या ते ध्यानात आलं नि रत्नीकडं बघून तो हसू लागला.

एक कडाकणी संपवून दुसरी कडाकणी आणायला दिनू घरात पळाला. 'देवा, दिन्याची कडाकणी कुरकुरीत असू दे.' शंकऱ्यानं देवाला मनोमन विनवणी केली.

पर्ब्याजवळ उभी राहून रत्नी रडकुंडीला आली होती. शंकऱ्या कडाकणी खाणाऱ्या दिनूच्या मागनं हिंडून बारका चुरा पडला तर वेचत होता नि जिभेवर ठेवत होता.

आपल्या दारात उभ्या राहिलेल्या गोदाच्या नजरेत हे कसं आलं, कुणास ठाऊक! ती गुमान आली नि तिनं शंकऱ्याच्या पाठीत कडाकणीएवढा रुंद दणका दिला. तेवढीच जागा झिणझिणली नि तो पालथा पडला. बखोटीला हिसका देऊन त्याला सरळ केलं नि रत्नीवर डोळ्यांचा विस्तू ठेवत गोदा तिच्याकडं वळली. रत्नी दूर पळाली. "चलतीस घराकडं का जीव घेऊ एका दगडात?" गोदा बोलली. रत्नीनं शेंबूड वर ओढला नि ती घराच्या दिशेनं पळाली.

बखोटीला धरून शंकऱ्याला दारात नेऊन गोदानं आपटलं.

"मला कडाकणी पाहिजे." दोन दणकं खाऊनही शंकऱ्यानं कडाकणीसाठी तोंड पसरलं. आईचा अंदाज घेऊन रत्नीही करंजीच्या नावानं कुंईकुंई करू लागली. गोदान डोळं वटारून दम भरला तरी बारीक कुंईकुंई सुरूच राहिली.

गोदालाही सणगर गल्लीनं जाताना चकल्या- लाडवांच्या घाण्यांचा वास येत होता. तेल चरचरताना ऐकू येत होतं. नको म्हटलं तरी नाक आणि कान तिकडं

ध्यान देत होते नि पोरांचे चेहरे तिच्या डोळ्यांसमोर येत होते.

पोरांना नुसता दिवाळीचा वास तरी लागावा म्हणून ती धडपडू लागली. गावात शिळ्यापाक्याशिवाय दुसरं काहीच मिळत नव्हतं. घराघरातनं दिवाळीचं ताजंताजं चाललं होतं. ते आताच मिळणार नव्हतं. दिवाळी झाल्यावर, शिळंपाकं उरल्यावर तिच्या पदरात पडणार होतं.

दीसभर गावातनं फिरून गोपा किनीट पडताना घराकडं आला. त्याच्या हातातला धंदा गेला होता. पण देवानं त्याला पाय दिले होते. त्याचा तो पुरेपूर फायदा घेत होता. पोटातल्यासारखी पायांत आतडी नव्हती. कायमची खंबीर हाडं होती. ही हाडं पोटातल्या आतड्यांवर कधी कधी अर्धी चतकोर भाकरी देऊन उपकार करत होती.

फिरता फिरताच त्याला कोणतरी हटकायचं. तो तिथंच गुंगायचा. ढोरागत काम करायचा; तरी भिकाऱ्यागत एखाद्या भाकरीचा नि वाटीभर कोरड्याशाचा राजा व्हायचा. मागचं सगळं विसरून जायचा, इतकी त्याची आतडी स्वार्थी होती.

घरात आल्यावर गोदानं विषय काढला. दीसभर भटकून तीही काय तरी बेत घालून घराकडं आली होती. गोपाला म्हणाली, 'उद्या दिवाळी हाय.''

''व्हय?'' त्याला जणू काहीच पत्ता नव्हता.

''व्हय! उठल्याबरोबर इठू माळ्याच्या मळ्याकडं जावा.''

'हूं.'

''जाऊन काय करतासा?''

''काय करू?''

''काय करायचं ठावं न्हाई तर 'हूं' कसं म्हणता?''

''काय करायचं ते सांगशील म्हणून 'हूं' म्हटलं.''

''म्हइंदासारखं हूं हूं करत जाऊ ने.''

'हूं.'

''आणि हूंच?''

''मग आता काय म्हणू?''

''उद्या सकाळी माळ्याच्या मळ्याकडं जावा आणि त्येला गवात कापू लागा.''

''हूं.''

''दुपारपत्तर गवात कापू लागून एक- दोन पाचुंडं देईल तेवढं घेऊन या. मी समदं सांगिटलंय त्येला.''

''येतो की.''

गोपा सकाळी उठला. दिवाळी होती तरी अंगावरच्या चिंध्या अंगावर घातल्या. विळादोरी घेऊन चहाची वाट बघत बसला.

''उठा आता. उशीर नगं. सकाळचा च्याऽबी तिथंच मिळंल.''

"हूं." गोपा उठला. हाडं कडाकडा वाजली.

"येतानं कुठंतरी वड्याला आंघूळ करून या; न्हाई तर माळ्याच्या मळ्यातच हिरीवर दोन बादल्या मागून घ्या. दिवाळी हाय."

"हूं."

गोदानं आदल्या दिशी भिक्याला बरोबर घेऊन कुठनंतरी कूप मोडून आणला होता. त्या काट्यांच्या शिऱ्यांवर तिनं तिन्ही पोरांसाठी गाडगं गाडगंभर पाणी तापवलं. आवंदा पाऊस काळ भरपूर झाला होता. पाण्याला टंचाई नव्हती. फुकट मिळत होतं. तिनं भरपूर पाणी पोरांच्या अंगावर ओतलं नि अंगं खसाखसा चीप लावून घासून काढली. पोरांना निर्मळ निर्मळ वाटलं. अंगावरच्या जुनेराच्या पदरानं पोरांची अंगं पुसली. भिक्यानं आपलं अंग आपल्या अंगावरच्या कुडत्यानंच पुसून तेच कुडतं अंगावर घाटलं नि तो चहाच्या कामाला लागला. काल राती चोरून आणलेलं दोन ऊस त्यानं वरवंट्यानं बडवलं नि पिळून पिळून त्यांचा रस काढला. चहाच्या भांड्यात ओतून आईला हाक मारली," च्याऽची पूड घाल ये गं आई."

गोदा शंकऱ्याला पुसत होती ती आत आली नि काल वाळवून ठेवलेली पावडरच तिनं पुन्हा चहाच्या आधणात टाकली. चांगली उकळी फुटू दे म्हंजे पावडर उतरती. घोटघोटभर प्याचं की दोन-तीन तास भूक लागत न्हाई मग.

उरलेलं पाणी अंगावर ओतून, चहा घेऊन ती बाहेर पडली. रत्नी शेंबूड ओढत घर लोटून काढू लागली. मग ती भांडी घासून काढणार होती. आईनं बाहेर पडता पडता तिला सांगितलं होतं. भिक्या रानात शेंगा- ऊस चोरून खायला मिळतंय म्हणून चरायला गेला. शंकऱ्या उंबऱ्यात येऊन इकडं-तिकडं गल्लीकडं बघत बसला... गल्लीत काही न्यारंच चाललं होतं. पोरांच्या अंगावर नवी आणि धुतलेली कुडती होती. कालची शेव, करंजी, चकली, कडाकणी त्यांच्या जिभांवर पुन्हा विरघळत होती.

आई घरात नसलेली बघून तो पुन्हा गल्लीत गेला नि चव्हाणाच्या कुसवाच्या एका दगडावर उगीच जाऊन बसला. पोरांनी खेळ मांडायला सुरुवात केली होती. शंकऱ्या गप्पच. दोन्ही मांड्यात हात घेऊन नि तोंड मिटून तो नुसता बघत बसलेला. डोळे तेवढे उघडे. नाकही उघडं. निरनिराळे वास आत घुसणारे. अचानक आंबा खाली पडावा तसा तो स्वतःशीच नकळत मोठ्यानं बोलला, "आमचीबी आई आज कडाकण्या करणार हाय की."

गोदा गोंदू भटजीच्या घराकडं गेली. रोजचं काम. मुकाट्यानं गाईच्या गोठ्यात शिरली. शेणात हात घातला. पोवट्या गोळा करून बुट्टीत भरल्या. खराट्यानं मूत एका खळग्यात घेऊन हातानं गाडग्यात भरला. गोठा लोटून काढला.

गोंदू भटजीच्या हातात दुधाची स्वच्छ कासंडी होती. लोटलेल्या गोठ्यात

पायाचे चंपे ठेवत तो गाईच्या कासेत बसला. कासंडीत उनउनीत दुधाच्या निरशा धारा पडू लागल्या. गोदानं डोईवर शेणाची पाटी घेतली आणि बाहेरच्या मोगळातनं परड्याकडं गेली. तिथं शेण कालवून शेणी लावल्या. भटजी दूध घेऊन आत गेला. आतनं भटजीची बायको रातचं खाऊन उरलेलं अन्न घेऊन बाहेर आली. गोदानं बादलीतल्या पाण्यात शेणाचे हात कसेबसे खळबळले आणि फाटका पदर पुढं केला. ताटलीतलं अन्न पदरात पडलं. विरलेल्या पदराला जास्तच खीस बसली.

"बाई." गोदा घोटाळली.

"काय गं?"

"आज दिवाळी हाय."

"आज आहे. काल नव्हती. नाही तर दिलं नसतं का आजच? उद्या तुला ताट भरून देईनच की. अजून काही बाही करायचंही आहे."

"तसं न्हवं जी. आज दिवाळी हाय. वाईच पसाभर गहू मिळालं असतं, तर तेवढंच पोरांस्नी काय तरी करून घाटलं असतं, म्हणती मी."

होय- ना करता करता बाईंनी दोन ओंजळी गहू घातले आणि उशीर करून शेण काढायला येतेस म्हणून भटजींनी बाहेर येऊन चार किलो बोलून घेतलं. गोदाच्या अंगाला त्या शिव्यांनी काही भोकं पडली नाहीत.

शिळं अन्न आणि गहू घेऊन ती तशीच घराकडं आली. पोरं घोंगावून अन्नावर पडली. वेचून वेचून खाल्लं. कुणालाच पत्ता नाही ते गहू उतरंडीच्या खालच्या गाडग्यात ठेवून टाकलं. भिक्या घरात नव्हता म्हणून बरं झालं. नाही तर त्यानं त्यातले ओटाभर पळवले असते आणि चिरमुरंवालीला देऊन चिरमुऱ्याचं लाडू घेऊन खाल्लं असतं.

पोरापुढं अन्न टाकून, एक दोन घास चावून घेऊन ती माळ्याच्या घराकडं गेली. माळणीचं कांदं नीट करून देऊन बचकभर गुळाचा खडा आणला. ओटा जड झाला होता.

"काय आणलंस गं, आई?" घरात गोदानं पाय ठेवताच शंकऱ्याला वास आला.

"ईख आणलंय!"

"अंऽऽ! आम्हालाबी जरा दे.!" शंकऱ्यानं सूर धरला, ईख आणलंय म्हणजे काहीतरी खायला आणलंय, हे त्याला ठाऊक होतं.

"आई, मलाबी देऽऽ." रत्नी.

"गप बसा कुत्र्यावाणी हुंबऱ्यात. रातचं कडाकण्या केल्यावर मग खायला देईन." गोदानं गुळाचा खडा नंतर कुठं ठेवला याचा पत्ता कुणालाच लागला नाही.

तीन-चार वाजता डोसक्यावर गवताचं दोन-तीन पाचुंडं घेऊन गोपा आला.

दाराच्या सांदरीला भारा टाकून डुईचा घाम पुसत बसला. गालफाडं तहानेनं आत ओढली होती. भुकेवर आतडी गोळा झाली होती. माळ्यानं एका भाकरीवर भाजी घालून दिली होती तेवढीच. चहाचं पाणीही दुपारी मिळालं होतं. पण भूक पार निराळी होती. पाण्याच्या चार शिंतोड्यांनी ती विझणार नव्हती. माळ्याचा हिशोबही वेगळा होता. जेवणच्या जेवण, चहाच्या चहा आणि वर दोन तीन पाचुंडं गवत तो देऊ शकत नव्हता. त्यानं हिशोबानं त्याला परवडेल असं दिलं होतं. गोपाही मागू शकत नव्हता. 'न्ह्यारी करून आलोय' म्हणून त्यानं सकाळीच थाप दिली होती. नाहीतर माळ्यानं बारा वाजायलाच पाचुंदाभर गवत देऊन त्याला घराकडं पिटाळलं असतं.

त्याला ते टाळायचं होतं. म्हणून तर तो तीन वाजेपर्यंत तगला नि गवत कापून देऊन कापणीचा बिंडा घेऊन परत आला.

"काय खायाला हाय काय गं?"

"हाय बघा थोडं त्या शिक्क्यावर."

भटाच्या इथनं आणलेली थोडी भाकरी ठेवली होती. वर कसली तरी गुळचट भाजी चिकटली होती. तेवढी भाकरी खाऊन त्यानं तांब्याभर पाणी ढोसलं. पोटात कुठं तरी अन्न, नाही तर सगळीकडं पाणी झालं आणि गोपाचं पोटं भरलं.

"गवताच्या सोड-पेंड्या करून भारा घाला."

पाण्याचा ढेकर देऊन दात कोरून चाटत बसलेल्या गोपाला गोदा म्हणाली.

"हूं." गोपा हुंकारला.

"आणि भारा घेऊन गावातनं एक फेरी मारून या."

"हूं."

"केवढ्यापतर देशीला भारा?" गवताकडं बघत बघत ती म्हणाली.

"तेच म्हणतो मी."

"धा रुपये सांगा. कुणीबी वाणी, बामण घेईल. तालुक्याला जाणारी नोकरदार माणसं कुणीबी घेतील."

"आणि न्हाईच कुणी धा रुपयाला घेटला तर?"

"घासाघीस करून बघा. न्हाईतर सात रुपयापतर देऊन टाका. लईच पाडून मागाय लागलं तरच द्यायचा बरं?"

'बरं."

गोपानं सोडपेंढ्या करून भारा चौरीसारखा बांधला. पटक्याच्या चिंध्या गोळा करून डुईला गुंडाळल्या. आणखी अर्धा तांब्या पाणी ढोसलं आणि उठला. भारा घेऊन गावात गेला.

गोदानं उतरंडीतलं गहू काढलं. त्याच गाडग्यात गूळ ठेवून तिनं उतरंडी

लावली. गहू निवडून काढलं. सुपात घेऊन ती बाहेर पडली. पलीकडच्या पारीच्या घरात जातं होतं. त्या जात्यावर पोट आवळून दळायला बसली.

तासभर दिसाला गोपा डुईवर भारा तसाच घेऊन परत आला नि त्यानं दारात बद्दीशी तो टाकून दिला.

''आलासा काय म्हइंदासारखं भारा तसाच घेऊन? कुठंवर मीच एकटी हाडं उगळू?''

''मग काय करू? कोण घेईना झाल्यात.''

''पोरांच्या डोंबलावर एक एक तरी कडाकणी बांधू या की दिवाळीची. अजून डाळ, येशेल तेल आणायचं हाय. कशानं आणू तरी ते?'' गोदाची आतडी तुटेपर्यंत ताणली होती. गोपा म्हइंदासारखा गप्पच बसला. घटकाभर थांबून गोदाच म्हणाली, ''कुणीच मागिटला न्हाई?''

''अडीच- तीन रुपायापतर मागत्यात. दतू भटजीनं तेवढा तीन रुपयाला मागिटला हुता.''

''मग आणि हत्ती कुठं आडवा आला?''

''तू सांगितलं न्हवतंस का सात रुपायापत्तर द्यायला? आता कुणी तरी मागतील म्हणून गावभर हिंडलो. निदान साडेतिनापत्तर तरी मागिटला असता तर मी घावडाव बघून दिला असता.''

''मग?''

''मग दत्तू भटजीनं तिनाला मागिटल्यावर मी न्हाई म्हटलं. निदान साडेतिनापत्तर तरी कुणी घेतंय का ते बघत फिरलो; तर कुणीच घेईना.''

''अहो, मग अंदाज घेतल्यावर दतू भटजीकडं जायाचं न्हाई का पुन्ना?''

''जाऊन आलो. तेच तर सांगतोय. परत भटजीकडं गेलो तर त्यो म्हणाला, 'आता अडीचला दे.' मग तसाच भारा घेऊन आलो.''

''...पटकी आली या गावाला! काय खायाचं तरी गरिबानं? नाचाराची वस्तू लाखांची असली तरी एका पैशाला मागत्यात. अडलेल्याला अडवून मारत्यात...'' गोदा स्वतःशीच बडबडू लागली.

गोपा तिचा राग बघून स्वतःशीच बडबडल्यागत बोलला. ''मग आता मी तरी काय करू?''

''बरं केलासा! आता टाका एक एक पेंडी पोरांच्या फुडात नि खावा त्या तुम्हीबी बसून.''

''ढोराच्या जन्माला गेलो असतो तर तेबी खाल्लं असतं. त्या वाद्यानं माणसाच्या पोटाला घाटलं म्हणून हे निस्तराय लागलोय. न्हाईतर माळमुरूड जवळ केलं असतं, एखाद्या इरडीच्या जनावरागत.'' गोपा वैतागला होता.

''असं हो का बोलता सणासुदीचं?'' गोपाच्या अनपेक्षित बोलण्यानं गोदा चमकली.

''सणवार कुणाला? गावाला. ह्या गावावरनं ववाळून टाकलेली आपली घरं. गावात कोण कुत्रं तरी इचारतंय का आपल्याला? गावात घर जमा असतं तर अशी पाळी आली असती? दीसभर मरमर मेलो. पोटात काटंकुटं भरलं नि ह्यो भारा केला. भुकेलेलं जनावार पोटाच्या आगीला गुरवाडीत जाऊन इरड करतं. तीबी आम्हास्नी कराय येत न्हाई, माणसाच्या पोटाला आलो म्हणून. काय खोटं हाय ह्यात?'' गोपानं आपल्या डुईवरच्या चिंध्या काढल्या आणि गुडघ्यावर लोंबकळत ठेवल्या. डुईवर पाण्याची धार ओतल्यागत घाम आला होता. पाण्यासारखाच वाया चालला होता.

''ही रांड दिवाळी तर वर्सावर्साला कशाला येती कुणाला ठावं? गोरगरिबांनी कसं हिला म्हायारपण करायचं?'' स्वतःशीच काही तरी विचार करून गोदा उठली नि बाहेर गेली.

गोपा गपगार होता. पसरत चाललेल्या अंधाराकडं बघत राहिला.

घटकाभरातच गोदा टांग्याच्या घोड्यागत परत आली. ''बसू नका. झटक्यासरशी त्यो भारा घ्या.''

''आणि काय करू?''

'कल्लूवाण्याच्या हितं टाकून या.''

'हूं.'

''वाणी जी काय डाळ देईल ती किलो अर्धा किलो घेऊन या. हे घ्या संगं फडकं.''

''हां'' त्यानं पुन्हा भारा डोईवर घेटला. कल्लूवाण्याच्या घरात नेऊन टाकला. दोरी सोडून घेटली. वाण्यानं गवत म्हशीजवळच्या खोपड्यात लावायला सांगितलं, ते लावलं. वाट बघत उभा राहिला. गवत लावताना ते कल्लू वाण्यानं मोजलं होतं. बारक्या पेंढ्यांचं पाच पाचुडं होतं... अर्धा किलो डाळ घेऊन वाणी बाहेर आला. गोपानं ती फडकं पसरून घेतली. त्याला वाटलं वाणी आत जाऊन पुन्हा थोडी आणील. पण वाणी आत गेलाच नाही.

''एवढीच?''

''अर्धा किलो हाय ती. सोळा रुपये किलो डाळ झालीया. कुठली आणू एवढ्या एवढ्याशा गवताला?''

''अण्णा, गवतानं म्हशीच्या दिसाभरची बेजमी झालीया. दोन लिटर दुधाची येवस्था हाय ती.''

''तरी काय झालं? गवत का तू खाऊन तुझं दूध निघणार आहे का? चौदाशेची म्हैस आहे. एवढं भांडवल तिच्यात गुंतवलंय. ती तुझा चारा खाऊन दूध देते. गवताचा हिशोब दुधात करणारा तूच एक शाणा दिसतोस. ऊठ, आता मला दार

झाकू दे. उगाच तुझ्या बायकोनं पाय धरलं, म्हणून एवढं तरी दिलं.''

गोपा 'बऽऽरं' करत उठला.. गल्लीगल्लीतनं गोड्या तेलाची ठावकी लागली होती. घरं दारं दिव्यांनी सजली होती. कुणी मळेवाले, बागाईतदार, नोकरदार यांनी विजेच्या दिव्यांची रोषणाई केली होती. तिच्या उजेडात पोरंबाळं खेळत होती. गोपा गाव ओलांडत लगलगा घराकडं गेला.

रात झाली होती, तरी गोदा डाळ घेऊन पारीच्या जात्यावर गेली. डाळीला ऊन द्यायला वेळच मिळाला नाही. तशीच मऊ डाळ ती दळत होती.

डाळ दोनदा दळली. जात्याचं वरचं पेड उचलून खालच्या पेडाच्या बारीक बारीक खड्डयातलं पीठ नखांनी टोकरून घेटलं. घाम पुसत घराकडं आली.

पोरं वाट बघतच बसली होती. घरातला दिवा विझला होता. गोपाला कुणीतरी एका चिलमीची तंबाखू दिली होती. तिच्यासाठी तो अंधारातच दिवळ्यातली चिलीम हुडकत होता. त्याला एका दिवळीत चुकून विसरलेला आणि वाळून खारीक झालेला भाकरीचा तुकडा गावला. तोच कुडकुड खात तो बसून राहिला.

गोदा पीठ घेऊन दारात आली.

''अंधारातच बसलाईसा?''

''चिमणीतलं तेल सपलंय.''

''चूल न्हाई का पेटवायची?''

''काय ठेवायचं चुलीवर?''

''अहो, दिवाळी हाय. नुसता उजेड झाला नसता का घरात? किती सांगायचं? गावात बघा कसा घराघरात पेटल्यागत उजेड झालाय.''

सगळीच गप राहिली. गोदानं पेटीच्या आत ठेवणीत ठेवलेलं रॉकेल काढलं. जराही न सांडता तुपागत सांभाळून चिमणीत थोडं ओतलं. उरलेलं पेटीत ठेवून कुलूप लावलं. किल्ली डोरल्यात अडकवली. चिमणी लावली. चूल पेटविल्यावर तीही फुंकून टाकली.

किडूकमिडूक शिजवून सगळी जेवणातनं ओढून काढली. जरा जरा वाटणीला येतील तेवढ्या कण्या नि आमटी खाऊन सगळी जणं पटकुराच्या ढिगात पडली.

तीन साडेतीन तास रात झाली होती. पोटभर जेवल्यावर माणूस झोपतं तसा पोटभराच्या कामानं गोपा भुईबरोबर एकजीव होऊन पडला. गोदानं हळूच पुन्हा दिवा लावला. त्याच्या उजेडात उतरंडीचा गूळ काढला. पाट्यावर वरवंट्यानं चेचला. तो भिजलेल्या डाळीच्या पिठात मिसळून दोन्ही एकजीव केलं. कणीक मळून ठेवली नि भिक्याला हळूच उठवलं.

भिक्या चटाकदिशी उठला. गोदा त्याला खालच्या आवाजात म्हणाली, ''कडाकण्या करायच्या हाईत.''

“मी करू लागतो की. मला नीज न्हाई.” भिक्याचा जीव भराभर वर आला. आई कडाकण्या करण्यात आपल्याला सामावून घेते, याची त्याला फुशारकी वाटली.

“कडाकण्या करू लाग खरं. तेल न्हाई येशेलचं.”

“मग गं?”

“मी सांगती तसं करतोस का?”

“करतो की.”

“येशेल तेलाचं लोटकं घे. समदं गाव निजलंय. कुणाचं भ्या बाळगायचं कारण न्हाई. हळू हळू गावातल्या म्हारुतीच्या देवळात जा. तिथं आत बाहीर दिवाळ्यावर दिवं लावल्यात. पर्तेक दिव्यातलं जरा जरा तेल वतून लोटकं भरून घेऊन ये जा.”

“लगेच जातो. तासाभराचं सुदीक काम न्हाई. जातो नि लगीच येतो बघ. लोटकं कुठं हाय ते दे.” भिक्यानं चड्डी वर ओढली. चोऱ्या करण्यात ते पोरगं पटाईत झालं होतं.

गोदान तेलाचं लोटकं दिलं.

घटकेच्या आत भिक्या अंधारात नाहीसा झाला.

पाठीमागं शंकऱ्या आणि रत्नी हळूच उठून बसली. त्यांना सकाळपासनंच कडाकण्याची चाहूल लागली होती. पण आईच्या पुढं तशी बोलायची सोय नव्हती. पाठीत उगीच धपाटं बसायला लागतात, हे त्यांना माहीत होतं. भिक्याजवळ आई उघड बोलल्यावर मात्र शंकऱ्याला राहवलं नाही.” आई, कडाकण्या करायच्या व्हय गं?” म्हणत तो उठून गोदाजवळ सरकला. रत्नीही डोळे चोळत कणकीच्या लाट्याजवळ येऊन बसली... आता भिक्या आला की कडाकण्याऽऽऽ!

अंधाराच्या पोटातनं वळवळत भिक्या गुमान देवळाशेजारी आला. देऊळ गावात एका बाजूला निवांतात होतं. देवळाभोवतीच्या तेवढ्या जागेत मंद उजेड निवळला होता. लहानगं दिवाळं दिव्यांच्या पिवळ्या फुलांनी भरलं होतं. देवळाच्या भिंतीतही भोवतीनं खूप दिवळ्या होत्या. त्यांतनंही एकएक दिवा मनापासनं समाधानानं जळत होता. देवळातही तसेच दहापंधरा दिवे होते. ठावक्यांतनं तेल तुडुंब भरलं होतं. दिवळ्यातनंही बरंच सांडलं होतं...जळून, सांडून वाया चाललं होतं.

भिक्या हळूच देवळात शिरला. त्याला आत सुरक्षित वाटलं. त्यानं चाहूल घेतली. सगळं सामसूम झालं होतं. मारुती तेवढा एकटाच डोळं वटारून, एक हात उगारून उभा होता. पण हालचाल काही नाही. भिक्यानं तिकडं कानाडोळा केला. एक एक दिवा लोटक्यात हळुवार ओतत चालला.

सगळे दिवे थोडं थोडं तेल ठेवून ओतून झाले. लोटकं भरत आलं. एखाद-दुसरा दिवा विझला. बाकीचे दिवे अखेरचं तेल जाळू लागले. भिक्या धगधगू

लागला. आणखी दोनचार दिवं घेटलं की तेलानं लोटकं भरतं. कडाकण्यास्नी भरपूर हुईल. आईला सांगून एखादं ठावकं बी बाहीर लावता येईल.

तसाच देवळाच्या मागच्या बाजूला गेला. पटपट चार- पाच दिवे ओतून घेतले... लोटकं संभाळत मागं- पुढं बघत तुरूतुरू जाऊ लागला. कोणीच दिसत नव्हतं.

भिक्याची वाट बघत गोदा, शंकऱ्या आणि रत्नी यांनी पिठाचे आणि कणकीचे गोळे करून ठेवले होते. शंकऱ्यानं पिठाचे गोळे किती आणि कणकेचे गोळे किती हे मोजलं. पिठाचा एक गोळा कमी पडत होता. मग त्यानं आईला विचारून गोळ्यातनं जरा जरा पीठ काढून एक गोळा जास्त करून हिशेब चुकता केला. पुन्हा घटकाभरानं त्याच्या ध्यानात आलं की प्रत्येकाच्या वाटणीला किती कडाकण्या येतील, हे आपूण बघितलंच नाही. पुन्हा त्यानं गोळे जरा जरा बाजूला ठेवून रत्नीच्या मदतीनं त्याचाही हिशोब पुरा केला. रत्नी आणि आपण लहान म्हणून आई-बाबांच्या वाटणीतली एक एक कडाकणी काढून आपल्या आणि रत्नीच्या ढिगावर एक एक ठेवून बघितलं. ...आता भिक्या आला की कडाकण्याऽऽऽ!

भिक्या आला, गोदा वाटच बघत बसली होती. पण हातात लोटकं नव्हतं.

"लोटकं कुठं हाय रं?"

"त्या बेन्या गुरवानं वाटंत धरून लोटकं फोडलं."

"आणि असा कसा गावलास तू?"

"मी हळूहळू तेल भरलं नि सावकाश निघालो, तर गुरव पत्या न्हाई ते वाटंवरच्या झाडाबुडी दडून बसला होता. अंधारातनं आला नि कमरंत लाथ घातली. तोंडघशी पडलो. माझा घुन्यासुदा फुटला. हे बघ." भिक्यानं नाकातनं आलेलं रक्त कुडत्याच्या सोग्यानं पुसलेलं दाखवलं.

"पटकी आली त्या गुरवाला!"

गोदा तव्याच्या पाठीगत काळी ठिक्कर पडली. पिठाचं गोळं डोळं मोठं करून तिच्याकडं बघू लागलं. शंकऱ्या रत्नीचं डोळंही त्या गोळ्यांगत झालं होतं. त्या गडबडीत गोपा उठून आंथरुणात बसला.

भिक्या पुढं सांगत होता. गुरव म्हणाला, "कडूबेन्या, दिवाळीच्या दिशीच देऊळ इटाळलंस. उद्या पाटलाला सांगून न्हाई तुझं छप्पर जाळलं तर इचार. गावाचं खरकटं खाऊन लई माजलासा भडव्या हो."

गोपाच्या पोटात भीतीचा भलामोठा गोळा उठला. कणकीचा एक एक गोळा पाटलाच्या डोळ्यांगत पांढरा धोट दिसू लागला.

तेलाची वाट बघणारा चुलीतला जाळ उपाशीच चालला होता.

◆

आभाळाघरचे वैरी

विहिरीवर थोरला आंबा होता. जुनं झाड. चारी अंगांनी उंच उंच वाढलेलं. एक वर्षाआड हमखास फळ लागे. पाचशेभर आंबा निघे. खोपीभोवतीनं पेरूची आणि सिताफळाची चार-पाच झाडं होती. मध्ये खोप. तिच्या पाठीमागं तीन सिताफळाची झाडं. समोरच्या बाजूला दोन पेरूची झाडं.

ही पाच-सहा झाडं म्हणजे आम्हा पोरांना मळ्याचा खजिना वाटे. त्याच्या नादानं आमचे पाय मळ्यात ठरत असत. दोन्ही पेरूंना बारमाही फूल असे. त्यामुळं येता जाता आम्हा पोरांची नजर कायम त्या झाडांवर चढे. घरंगळून खाली येई. नजरेला ती सवयच लागलेली. पेरू मोठे मोठे होऊ लागल्यावर तर त्यांच्या आठवणीनंच जिभेला घरात बसल्या बसल्या पाणी सुटे. मनाला सुखाचे घस लागत.

प्रत्येक फळाबरोबर जीव मोठामोठा होत जाई... आता हे पेरू आणखी आठ दिसांत पाडाला येतील. मग बसून चिक्कार पेरू खायचं. सिताफळास्नी चांगलं डोळं आलं की ती अढीत ठेवल्यावर चार दिसांत पिकत्यात. मग गपागपा खायची. साखर बरी; अशी त्येंची चव. बियांचा वास घेत घेत त्येचं डाव मांडायचं... असे बेत आम्ही मनातल्या मनात रचत असू.

पण याचा पत्ता कसा कुणास ठाऊक; राघवांना लागे. एरवी कधीही न दिसणारे राघू झाडांवर दिसू लागत. आठ-दहा पोपटांची एक सोलापुरी हिरवी चादर अचानक या झाडांवर येऊन बसे. हे राघू पहिल्यांदा या झाडांवर नुसते गप्प बसून राहत. प्रत्येक फळाकडं माना वळवून गोल गुंजाळी डोळ्यांनी बघत. फांदीवरनंच चालत चालत दुसऱ्या फळाजवळ जात. तिथं तसंच बघत. मग 'कॅव कॅव' करून एकमेकांशी चर्चा करत. फळं कितपत कच्ची आहेत; किती दिवसांत येतील याची जणू ते एकमेकांत बोलणी करत. चर्रर चर्रर असा आवाज करत.

..."चार- पाच दिवसांनी येतील, असं वाटतंय."

"तोवर काय खायचं?"

"सांगावकराच्या बागेतच अजून पाचसा दीस जावं लागणार."

'बरीच लांब हाय ती.''

''असली तरी जावं हे लागणारच.''

''पाचसा दिसांनी तरी नक्की येतील काय? का आपल्या नुसत्या खेपाच घालायच्या?''

अशी काहीतरी बोलणी त्यांच्यामध्ये चालली असल्यागत वाटे.

मग एक दिवस पेरूंना पाड यायच्या अगोदरच कुणीतरी पेरू पोखरतंय, याचा पत्ता लागे. नुकतीच डोळं येऊ लागलेली सिताफळं अर्धी अधिक खाल्लेली दिसून येत. ते बघून आमची तोंडं काळी काळी पडत. कोमेजून जात. पाणी सुटणाऱ्या जिभा त्या पोपटांना तोंडातल्या तोंडात वळवळून शिव्याशाप देत.

दिवसभर काही त्या झाडाभोवतीनं राखणदार ठेवणं जमत नसे. प्रत्येक पोराला काही ना काही काम वाटून दिलेलं असे. ते करण्यासाठी ते मळ्यात इकडं तिकडं कुठंतरी गेलेलं असे. त्यामुळं या राघवांना फावे. ते खुशाल येऊन जणू काही आपल्याच बापाच्या मालकीची झाडं आहेत, असं समजून अर्धीकच्ची फळं कुरतडून टाकत, पोखरून ठेवत. त्यामुळं ती पाडाला येत नसत. झाडावरच वाळून जात.

नुकतीच पाडाला येऊ लागलेली नि अर्धीमुर्धी खाल्लेली ती फळं तोडून टाकावीत, ती तोडून टाकल्यावर राघवांना मग बाकीची फळं कच्ची आहेत, कशाला खायची, असं वाटेल; मग ते दुसरीकडं कुठंतरी फळं हुडकायला जातील, तिकडं त्यांना पाडाला आलेली भरपूर फळं मिळतील आणि ते तिकडंच रमतील, इकडं यायचं त्या भरात विसरून जातील, असं माझ्या मनात येई.

बाबाला मी हे सगळं सांगे. फळं तोडून टाकण्याची परवानगी मागे.

बाबा म्हणे, ''नको. राघवाची जात अधल्या दिशी खाल्लेलंच फळ पुन्ना दुसऱ्या दिशी येऊन खाती. तवर बाकीची फळं शाबूत ऱ्हातील. ती चांगली पाडाला येतील. मग ती आणून तोडून ठेवू या. आता जर अर्धी खाल्लेली फळं तोडून टाकली तर राघू बाकीची फळं पोखरून खायला लागतील. म्हंजे सगळ्याच फळांचा सत्यानास. अर्धी खाल्लेली फळं तोडून टाकल्यावर ते दुसरीकडं जातीलच कशावरनं? एखाद्या वक्ती दुसरी पाडाला आलेली फळं पोखरायला लागायचं.''

...ह्या राघवाचा मला संताप यायचा. त्याचं उट्टं काढण्यासाठी कधी राघू झाडावर बसलेले बघून हळूहळू जवळ जायचा. हातात दगड घेऊन एखाद्या राघवावर नेम धरायचा नि भिर्र करून फेकायचा. नेम नेहमीच चुकलेला असे; त्यामुळं राग अनावर होई. कॅव कॅव करत तो राघू सगळ्यांना सावध करी. मग थवाच्या थवा माझ्या नाकावर टिच्चून आपली लाल नाकं मिरवत डोईवरनंच उडून जाई.

कधी मळ्याच्या मालकाची पोरं मळ्याकडं फिरत फिरत येत. घराकडं जाताना एकदोन एकदोन पेरू- सिताफळं तोडून नेत.

"मालक, कशाला तोडता ती? अजून कच्ची हाईत. " माझा जीव तळमळे.

"अरे, आमच्या मिट्ठूमिय्याला पाहिजेत. गेल्या गेल्या ओरडतो 'काय आणलं, काय आणलं?' म्हणून." असं म्हणून पोरं फळं पिशवीत टाकत. आम्हा पोरांचा जीव तव्यावर होरपळल्यागत होई... हितं माणसाला खायाला मिळंना झालंय नि ह्येंच्या मिट्ठूमिय्याचं लाड चालल्यात, आमच्या तोंडातलं घास काढून घेऊन. मान मुरगळून पुरा जावा की त्येला तिकडं. इच्या भणी! रानात एवढं राघू बघायला मिळत्यात, तरीबी पुन्ना पिंजऱ्यात घालून राघू पाळत्यातच. वैऱ्यांस्नी पदरचं घालून पोसत्यात! काय व्हैक तरी!...

मला मोठी चीड येई. राघवांच्या तोंडातनं ती फळं कशी वाचतील ह्याची आम्हाला काळजी नि राघवाचे लाड हीच फळं खायाला घालून कसं करता येतील, ह्याची ह्यांना काळजी! म्हंजे आमच्या जिवाची बाजी ह्येंच्या जिवाच्या चैनीसाठी.

तरी ह्या राघवांचं एक परवडत असे. दिवसा उजेडी ते येत. आले की थव्यानं येत. थोडं खाल्लं की त्यांना आनंद होई. फळं किती गोड आहेत, हे दुसऱ्याला सांगण्याचं त्यांना आवरत नसावं. म्हणून ते मधूनच 'कॅव कॅव चर्रर्र' करून थोडं बोलून घेत. त्यामुळं त्यांचा पत्ता आसपास कामं करणाऱ्या आम्हा पोरांना लागे. धावत जाऊन एखादा जरा खडा मारला तरी सगळा भिराच्या भिरा उडे. एकही राघू चुकून मागं राहत नसे. एकदा भिरा पळवला की दोनतीन तास पुन्हा येत नसे.

पण आंब्याच्या झाडावर रात्री वटवाघळं येऊन बसत. ती येतात कधी नि जातात कधी याचा काहीच पत्ता लागत नसे. झाडावरचे आंबे मात्र अर्धवट खाल्लेले दिसत. आंबे पाडालाच आलेले असले पाहिजेत, असं काही नाही. फळ दिसलं की पुरे. ते कसंही असलं तरी त्या कोय ठेवून भोवतीनं ते खाऊन टाकत. बरं अधल्या दिवशी अर्धं राहिलेलं फळ कायमचं तसंच राही. पाड येईपर्यंत अशी चौथाई फळं संपलेली असत. आम्हा पोरांना काहीच करता येत नसे.

आंब्याच्या बाबतीत कैरी डसल्यापासनं बाबाची राखण मात्र करडी. फळ गोड असल्यामुळं कच्ची कैरी तो कुणालाही तोडू देत नसे. आमच्या तोंडाला तर कैऱ्य बघून पाणी सुटलेलं. कागदी लिंबाएवढ्या कैऱ्या झाल्या की आम्ही घराकडनं मळ्याकडं जाताना खिशात चटणी- मिठाची छोटीशी पुडी टाकत असू.

उनाच्या वक्ताला सगळी जणं जेवणं करून इस्वाट्याला पडलेली असत. आम्हाला कैऱ्या पाडायला फावे. त्या प्रचंड बुंधा असलेल्या झाडावर आम्हापैकी कुणालाच चढता येत नसे. मग आम्ही सरळ दगडं मारून कैऱ्या पाडत असू. पण पानांना नि फांद्यांना धडकून दगडांचा आवाज होई आणि तो आवाज झोपलेल्या बाबाच्या कानात बरोबर घुसे.

बाबा तिथनंच ओरडे- "आरं, कोण कैऱ्या पाडतंय ते? येऊ का तिकडं?"

बाबाचा असा झोपेतही जागता पहारा. त्याच्या या पहाऱ्यामुळं आंब्याची तोरणंच तोरणं झाडावर टिकून असत. आणि त्या आंब्यांनी कोय धरली रे धरली की वाघळा त्या आंब्यांवर तुटून पडत. रोज दहापंधरा फळं तरी अर्धवट खाल्लेली दिसत. बाबा वाघळांना काहीही करू शकत नसे.

ते बघून कच्चे आंबट आंबे फारच खावेसे वाटू लागत.

''बाबा, भाकरीबरोबर खायला दोन आंबं काढू काय गा?''

''नगं; आंबा पिकल्यावर खावा. कशाला उगंच आंबटकोळ आंबं खाऊन दात आंबवत बसता? कच्चं आंबं खाल्लं तर झाडावर काय तरी ऱ्हातील काय? तुमच्यासाठीच हाईत ते. पिकल्यावर खावा म्हणं.''

''ती जंगमाची पोरं बघ आपल्या झाडाचं आंबं रोज भाकरीसंगं खायाला कच्चंच काढत्यात.''

''आरं त्येंच्या मळ्यात मुबलक झाडं हाईत. आपलं एकच एक झाड. जरा दमानं खाऊ या. कच्चं आंबं खायची सवं चांगली न्हवं. पित्त हुतंय त्येनं.''

''मी नुसता एकच काढतो.''

''बडवून काढीन ठेंग्यानं वांडपणा कराय लागलास तर.'' बाबाचा सूर चिडखोर होई.

ह्या राघवा वाघळांच्या धुडगुसानं आमच्या हाती आंबे, पेरू, सिताफळं फार थोडी लागत. आई-बाबा बाजारातनं कधीच फळं विकत आणून आम्हाला देत नसत. विकत घ्यायला जवळ पैसाही नसे. मळ्यात पिकतील तेवढ्या फळांवरच आमचे लाड भागवले जात. त्यामुळं ह्या राघू-वाघळांचा राग येई; पण काहीच करता येत नसे.

राघू- वाघळापेक्षा जोंधळ्यावर पडणारी पाखरं घरादाराला फार छळत. थंडी असली तरी सगळ्यांना पहाटे उठावंच लागे. कामांना जेवढा वेळ द्यावा तेवढा थोडाच असे. घरादाराला कामं पुरून उरत. तरी पोटभर खायला कधी मिळत नसे. ऊन, पाऊस, थंडी, वारा यांतलं काहीही असलं तरी भल्या पहाटे उठून उद्योगाला हे लागावंच लागे. गावात वीज नसल्यानं आईला जात्यावर दळावं लागे.

पिकं सगळीकडं पोसलेली असत. जोंधळा हुरड्याला येऊ लागलेला असे. कणसाच्या दाण्यांत गच्च दूध भरलेलं असे. घरादाराचं आता पांग फिटणार, सालभर केलेल्या खुरपणी, भांगलणी आता फळाला येणार, असं सगळ्यांना वाटे. आई मग 'तुला अमुक करू, तुला तमुक करू, आनशीचं नि आन्दूचं लगीन एका मांडवात करू' असं काहीबाही बेत करी. फुललेल्या हिरव्यागार मनानं ती जास्तच कष्ट उपसे.

मला लौकर उठून पाखरं राखायला जाणं भाग पडत असे.

पण थंडीत उठावं असं वाटत नव्हतं. पांघरूण कानांवरनं, डोक्यावरनं खाली मुडपून घेऊन गप्प पडून राहावं असं वाटे. नीज नसली तरी उबीला पडून राहण्यात, तिच्या गुंगीचं सुख घेण्यात मजा येई.

आई उठली की मला आणि आनसाक्काला पहिल्यांदा हाळी घाली. आम्ही दोन्ही भावंडं थोरली. बाकीची बारकी. आनसा उठून स्वयंपाकाच्या तयारीसाठी भांडी घासायला लागे. मी तसाच 'हूं हूं' करत पडून राही. आईला माझी ही खोड माहीत होती. घटकाभर आंथरुणात तसाच काढल्याशिवाय मी उठत नाही, हे तिला ठाऊक होतं.

उठून ती दळू लागे-

"वयल्या गं आवडात
शालू आलाय राखणीला
आणू सावळं बाळ माझं
तेल घाली गं गोफणीला."

...मला हे ऐकून बरं वाटे.

"वयल्या गं आवडात
शालू आलाय राखणीला
आन्दू सावळं बाळ माझं
लावी घुंगरू गोफणीला."

....माझ्या मनात उत्साहाचं घुंगरू घुणघुणू लागे.

"वयल्या गं आवडात
शालू आलाय हुरड्याला
गाठी मारून आन्दू धावे
पायताणाच्या बिरड्याला."

....माझ्या मिटल्या डोळ्यांपुढे पळतानाचं माझं चित्र दिसू लागे.

"वयल्या गं आवडात
शालू आलाय भरामंदी
सावळ्याच्या लगनाला
उद्या मांडव दारामंदी."

....मी लाजून खूष होऊन जाई.

तिच्या ओव्या तिच्यासाठी असत तशा माझ्यासाठीही असत. तिचं एक भोळं स्वप्न ती त्यातनं घरादाराला, नव्या पहाटेला उगवणाऱ्या रामाच्या प्रहराला सांगत असे. त्या ओव्या ऐकून मीही पाखरं मारायला मोठ्या उत्साहानं लौकर उठावं, अशी तिची इच्छा असे. ती ओवी म्हणजे आदल्या दिवशीच्या कामानं कैंगटून गेलेल्या,

माझ्या मनावर फिरवलेला प्रेमळ हात असे. खरं म्हणजे मी काही गोफणीला तेलबील घालत नव्हतो. पण मी ते घालावं अशी तिची इच्छा असे. मी पाखरं मारताना कंटाळू नये उत्साह वाटावा म्हणून गोफणीला घुंगरं बांधावीत, गोफण फिरवताना, ढेकळं फेकताना ती मग खुळूखुळू वाजतील; त्या नादात मी पाखरं राखावीत, असं तिला वाटे. थंडीच्या दिसांत सकाळी पिकावर दहिवर मनगंड पडलेलं असतं. गवतावर तर मोत्याचं आंथरुण झालेलं असतं. त्या गवतातनं चालताना, पाखरं मारण्यासाठी पळताना पायातलं पायताण भिजून चिक्क होतं. त्या भिजक्या पायताणातनं मग पळणारे पाय निसटू लागतात. पायांतनं पायताण काढूनही पळता येत नाही. बांधावरच्या गवतातनं काटे भरपूर पसरलेले असतात. अशा वेळी पायताणांना बिरडी लावून घ्यावी लागतात. ती टाचेला घट्ट बांधून पळावं लागतं; त्याशिवाय राखण नीट होत नाही. पाखरांनी हैदोस मांडलेला असतो. त्या पाखरांच्या तडाख्यातनं जोंधळा नीट वाचला सवरला तर धान्य घरात येणार असतं. ते आलं की लेकरांचं लगीन करणं मग काही अवघड नसतं...

आईचं ते स्वप्न ऐकून आन्दूलाही हुरूप चढतो आणि तो मग जागेपणी निजेच्या गुंगीत पडून राहत नाही. चटक्यासरशी उठतो नि शेतावर पाखरं राखायला निघून जातो...

पोटऱ्याबाहेर पडून जोंधळा पोसवू लागला की आजूबाजूचे वाळले शेतकरी जोंधळ्याच्या रानात मध्यावर माळा घालत. त्यासाठी उंचच्या उच चार मेढी तोडून घ्याव्या लागत. समान उंचीवर त्यांच्या खेली येतील अशा बेतानं त्या रोवाव्या लागत. खेलींत आडसारं घालून ती गच्च बांधावी लागत. मग आडव्या उभ्या मेसकाठ्या नाही तर शेवऱ्या टाकून त्यांच्यावर कडब्याच्या पेंढ्या पसरून ते सगळं एकजीव करून बंदाट्या घेऊन बांधावं लागे. माळा हलू नये म्हणून खालीही आडवी दांडकी बांधावी लागत. त्यांच्या आधारानं एखादी शिडीही गच्च बांधून ठेवावी लागे. एखादी फाटकी बुट्टी माळ्यावर ठेवून तिच्यात बरीच ढेकळं ठेवली जात. दगडापेक्षा ढेकळं गोफणीत घालून फेक्या सोयीचं जाई. ढेकळं फेकली की फुटून पसरतात आणि जोंधळ्यावर बसलेल्या सगळ्या भिऱ्यावर पडतात. अशी चारसहा पाखरं जरी ओरडा करत उठली की सगळा भिरा त्यांच्या मागोमाग उठतोच. शिवाय हा पडणारा ढेकळांचा चुरा जोंधळ्याच्या पानांवर वळवाच्या पावसाच्या टपोऱ्या थेंबासारखा आपटतो नि त्याचा आवाज होतो. त्या आवाजानंही पाखरं उडतात. दगडं भिरकावली की अशी फुटून पसरत नाहीत. त्यामुळं त्यांना पाखरं भिऊनही फारशी उडत नाहीत. शिवाय ही दगडं पुन्हा पुढच्या वर्षी रानातनं वेचून काढावी लागतात.

शेजारचा जोतबा जाधवाचा माळा सगळ्यात अगोदर घातला जाई. तो 'वाळला' शेतकरी. पावसाच्या पाण्यावरची त्याची शेती जीव तोडून करत असे. नांगरट-

कुळवटीपासनं त्याचं सारं काम वकतसरी असे. जोंधळ्याचं बियाणं कायम गिडग्याप जातीचं. हा जोंधळा माणसाच्या डोईइतका वाढे... फार तर डोईपेक्षा हातभर उंच. कणीस मात्र वीतदीडवीत सहज पडे, उतारा भरपूर. उंची नसल्यानं गुरांना कडबा कमी मिळे. रान कसं वरनं छाट मारल्यागत सफय दिसत असे. त्यामुळं माळ्यावर उभं राहिलं की पाखरांचा भिरा नेमका कुठं उतरला ते सहज दिसे. भिरा पिकावर पडता क्षणी उडवून देणं सोपं जाई. एखादं जरी चुकारीचं पाखरू धाटावर बसलेलं असलं तरी ते बसल्या बसल्या अचूक दिसत असे.

जोतबा जाधवाच्या माळ्यावर चढून इकडं तिकडं बघायला मजा वाटे. एरवी पोसवणीच्या दिसांत रानातनं फिरताना बांधावरनं जाताना नजरेसमोर पिकं येत नि नजर तिथंच अटकली जाई. पुढचं काहीच दिसत नसे. विहिरीत उतरल्यावर जशी भोवतीनं नुसती विहिरीची गोल भिंतच दिसते, तसं होई. भोवतीनं नजरेच्या वरपर्यंत नुसतं पिकांनीच घेरलेलं. माळ्यावर चढल्यावर मात्र सगळी मोत्यानं मढवलेली हिरवी विस्तीर्ण गादी पायदळी पसरलेली दिसे. नजर कुणीकडेही फिरली तरी पिकांच्या शेंड्यांवर, कणसांवर लोळत, फिरक घेत, उड्या मारत लांबवर जाई. भोवतीनं नुसतं आभाळ येई. पाखरांचं भिरं गुडघ्याएवढ्या उंचीवरनं उडत चालल्यागत वाटत. एखादी वाऱ्याची लाट आली की एकदम पिकावर उमटे. ती कुणीकडनं कुठं चालली, किती वेगानं चालली हे नजरेनं मोजावं इतकं ठळक दिसे. चारी बाजूंनी मोकळी हवा अंगावर सांडे. कष्टाकामाचा सगळा कंटाळा जाई. आंबलेलं मन ताजं ताजं होई. मग पाखरं मारायला उत्साह वाटे.

असा माळा बाबानं शेतात कधीच घातला नाही. म्हणून पाखरं राखायचा माझा अर्धा अधिक उत्साह नाहीसा होऊन जात असे. बाबाचा घोळ अगदी पेरणीपाण्यापासनं चाललेला. सात-आठ एकरांचं आमचं रान. त्यातलं तीनएक एकर आम्ही 'ओलं' करत होतो. विहिरीचं पाणी तेवढ्याच रानाला पुरत होतं. बाकीची वाळली शेती. पण हे तीन एकर रान सालभर आम्हाला तंगवत होतं. त्याच्या उसाबरीत वाळल्या रानाची कष्टं करायला आम्हाला नि बैलांनाही सवड होत नसे. त्यातनंच कसाबसा वेळ काढून कष्टं, पेरणी पाणी आटपून घ्यावी लागे. खुरपणी- कोळपणी आवराव्या लागत.

या गडबडीत आमचं जोंधळ्याचं बियाणं नेहमीच सरमिसळ झालेलं. बाबा कधीही उभ्या जोंधळ्याचं बी धरायचा नाही. कापणी होऊन कणसं खळ्यात आली की त्यांतली शेलकी शेलकी बघून तो बियाण्यासाठी ठेवी. ही कणसं पेरणीच्या वेळी आई बडवून काढी नि तेच बियाणं म्हणन वापरलं जाई. कणसं अशी काढल्यामुळं ती किती उंचीच्या धाटाची काढली आहेत, याचा पत्ता लागत नसे. त्यामुळं हे बियाणं रानात पेरलं की पोसवणीच्या वक्ताला सगळा जोंधळा चबढब दिसे. काही

धाटं भरपूर उंच वाढलेली तर काही गिडग्यापसारखी गिड्डी राहिलेली. त्यात पुन्हा तूटआळी झाली की घरातल्या खायच्या जोंधळ्यांतनंच ती घातली जात.

"बाबा, काय ह्यो आमचा जुंधळा! आता फुडच्या वर्सी जोतबा आजाकडनं गिडग्यापचं बी धरू या. त्येच्या बदली तेवढीच कणसं त्येला देऊ या."

"नको. जोतबाला नुसती दुधाची एकच म्हस हाय. तेवढ्या कडब्यावर तिचं भागतं. आपली दोन बैलं, गाय, दोन म्हशी, वासरं, रेडकं एवढा आटाला हाय. त्येंच्या फुड्यात रोज काय घालू? उच्च कडबा असला की जनावरांस्नी पुरवट येतो. हाय ते बरं हाय."

"जनावरांस्नी वैरण जास्त यावी म्हणून असलं यमना- जमनाचं पीक घ्यायचं व्हय? माणसांच्या पोटापाण्याचा इचार करायचा का जनावरांच्या?"

"पर्तेक जुंधळ्याच्या धाटाला कणीस येतंयच न्हवं? मग जुंधळा उच्च असला काय नि गिड्डा असला काय, सगळं सारखंच."

"ते खरं; पर पाखरं राखताना तरास हुतो. नुकसान किती हुतं. गिड्डया जुंधळ्यावर पाखरं बसली की लांबनं उच्च जुंधळा नजरेआड येतो नि मग काय कळतच न्हाई. सपाट जुंधळा असला की एक जरी पाखरू कुठं बसलेलं असलं तरी लांबनं दिसतंय. म्हणून म्हणतो गिडग्याप जुंधळा बरा. मधासाला माळा घाटला की चारी बाजूंनी पडणारी पाखरं लगीच नजरंत येत्यात."

"आरं, एकाजागी माळ्यावर बसून पाखरं राखायची नसत्यात, माझ्या पुतरा. जुंधळ्याच्या रानातनं हिंडत, बाटूक काढत, 'हाऽ हूऽ' करत राखायची असत्यात. कधी बांधाला गवात कापत पाखरांवर नजर ठेवायची असती. पाखरं राखाय पेशेल माणूस ठेवून परवडंल काय आपल्याला?"

बाबाला कोणतीही गोष्ट सरळपणानं सांगितली तर ती पटत नसे. त्याचा हिशोब काही न्याराच. त्यामुळं पाखरं राखताना मन नाराज होई.

माझी भलतीच नाराजी झालेली बघून कधीतरी एखाद्या वर्षी बाबा कसलाबसला माळा बांधून देई. मेढी उंच नसत. जोंधळ्याच्या उंचीपेक्षा त्या लहान असत.

"बाबा, ह्यो माळा जुंधळ्याच्या उच्चीबरोबर बी न्हाई. कशी मारायची पाखरं ह्येच्यावरनं?"

'आरं माळ्यावर चढलास नि हुबा ऱ्हायलास की जुंधळ्याच्या कणसांच्या वर तुझा खांदा जाईल. तेवढ्या उच्चीवर तुझी गोफण फिरणार."

बाबा समजूत काढी. माळा पक्का करी. त्याच्या मेढी घाईघाईनं रोवलेल्या असत. त्या फार खोल नसत. नाळं नुसती हातहातभर खोल घेतलेली असत. त्या माळ्यावर उभा राहून गोफण फिरवू लागलो की सगळा माळाच लडबडायचा नि मी आता पडतोय काय मग पडतोय, अशी गत व्हायची. गोफण बेफाम फिरवून

झटक्यानं ढेकळं लांबपर्यंत फेकायलाच यायची नाहीत. ती आसपासच पडत. त्याला दुसरंही एक कारण असे. अधल्यामधल्या उंच धाटांना ही ढेकळं तटत असत नि तिथंच पडत असत. सगळी ताकद वाया गेल्यागत वाटे.

"बाबा, माळा लईच डगडगाय लागलाय."

"जरा मेढकी सवणून घे. नुसताच माळ्यावर जाऊन बसू नगं."

मी मेढकी सवणून घ्यायचा. कुठनं तरी दगडं आणून त्यांच्या आजूबाजूनं घालायचा. पहारीनं ती आत हाणून भक्कम करण्याचा प्रयत्न करायचा. पण मेढकी खोलवर न रोवल्यानं नि रुंदीलाही नसल्यानं किती जरी सवणली तरी डगडगायचीच. तो माळा म्हणजे नुसतं माळ्याचं सोंग वाटायचं. माझी समजूत काढण्यासाठी माळ्याचा नुसता कनकावळा उभा केलाय असं वाटायचं.

खरं तर माळा उभा करणं सोपी गोष्ट नव्हती. दोन कणखर माणसांचं ते दोन दिवसांचं काम असे. धाटांची जास्तीत जास्त उंची ध्यानात घेऊन त्यांच्यापेक्षा दोन हात जादा उंचीची चार रुंद मेढकी झाडांवरनं तोडून आणावी लागत. अगोदरच आमचा जोंधळा डंगरी असल्यामुळं त्याच्यापेक्षा दोन हात उंचीचं एक एक मेढकं तोडणं म्हणजे जिकिरीचं काम होऊन जाई. हलकंसं अख्खं झाड तोडण्याचाच तो एक मामला होऊन बसे. एवढी उंच मेढकी तोडायला मळ्याचा मालक परवानगी देत नसे. मेढक्यासाठी दोन दोन हात नाळ खोल काढायचा उद्योगही माणसाचा तांब्यातांब्याभर घाम काढी. पुन्हा ही मेढकी उभी करणं, ती गच्चोगच्च सवणणं, वर शेवऱ्या, कडबा टाकणं यात दुसरा दिवस जाई.

एवढं दोन माणसांचं दोन दिवस देणं बाबाला परवडत नसे. बाबाचा आळसही त्याला नडत असे. मळ्यातली बाकीची कामं यात अडून राहत असत. रोजानं माणूस सांगून माळा बांधून घेण्याची आमची कुवत नसे. या सगळ्यामुळं मी हिरमुसला होऊन कशीबशी रडत रखडत पाखरं राखत असे.

एका बाजूला जोतबा जाधवाचं वाळलं शेत तर दुसऱ्या बाजूला मारुती घोडक्याचं वाळलं शेत होतं. घोडक्याही जोतबासारखा जीव लावून शेती करी. दोघेही वाळके शेतकरी असल्यानं ती शेती जिवाटीनं करण्यावाचून त्यांना दुसरी गत नव्हती. दोघेही वेळेसरी माळे घालत. सकाळी दिसाचा गोंडा फुटायच्या आत गोफणी घेऊन माळ्यावर 'हाऽऽ ह्याऽऽ ह्याऽऽ' करत उभे राहत. त्यांच्या रानांवर पाखरू टेकलं रे टेकलं की उडवलं जाई. भिरा आला रे आला की तसाच दाबून, दबवून परतवला जाई. दोन्ही बाजूंनी येणारी पाखरं शेवटी आमच्या रानावरच उतरत. त्यांना तेवढंच रान सुरक्षित वाटे. जोंधळ्याच्या उंच- गिड्डेपणामुळं भिरा कुठं बसला आहे, याचा पत्ता लागत नसे. आणि हे भिरे दाणे खाताना काहीसुद्धा आवाज न करता चूपचाप कचाकच दाणे टोचून घेत नि झपाझप पोटं भरत. आमच्या रानात तर दिसण्याजोगा

माळाही नाही नि खडा पहारा करणारा पाखऱ्याही नाही. त्यामुळं ती जास्तच बिनधास्त होत.

आमच्या ह्या अनागोंदीचा पत्ता शेजारच्या पाखरांना लागे. बिनमाळ्याच्या ह्या शेतावर पाखऱ्या कधी ह्या टोकाला 'हाहा' करतो तर कधी त्या टोकाला 'हाहा' करतो. अशा वेळी उलट्या टोकाला जाऊन पोटभर खाता येतं. पाखरांना ते सरावानं कळे, त्यामुळं आमच्या शेतावर पांढरं ढग उतरल्यागत पाखरं उतरत. मला चिमुरड्याला ती कधी दिसत, तर कधी पत्ताच लागत नसे. ती पोटभर दाणं खाऊन आमच्याच मोटेच्या पाटावर पाणी पिऊन आपल्या पिलाबाळांसाठी पुन्हा चार दाणं चोचीत घेऊन निघून जात.

बाबा पाखरं मारता मारता बाटूक काढायला, गवत कापायला सांगे. कधी कधी त्या बाजूला मोटेचं पाणी लावलेलं असलं तर पाण्याचं दार मोडून पाखरं उडवून यायला सांगे. म्हणजे जनावरांसाठी बाटूक काढणं, गवत कापणं, पिकाला पाणी देणं हेच मुख्य काम. पाखरं राखणं नंतर.

सांगितलेली ही कामं नीटपणे झाली नाहीत तर बाबा डोळे एवढे मोठे करी! "पाखरं मारायच्या निमित्तानं बसला हुतास वाटतं त्या घोडक्याच्या पोराबरोबर खेळत?"

त्याच्या ह्या अशा बोलण्यानं वाटे की मरू देत ती पाखरं. खाऊ देत काय खायचं ते. आपूण आपलं बाटूक काढावं, गवत कापावीत, पाणी पाजावं नि मोकळं व्हावं.

याचा परिणाम असा होई की मळणीच्या वेळेपर्यंत पाखरांनी कणसांच्या नुसत्या पिशा शिल्लक ठेवलेल्या असत.

आमच्या मळणीच्या अगोदर बाबा एखाद्या शेजाऱ्याची मळणी पाही. त्याचा झालेला पिकदाणा बघून घराकडं येई नि आमच्याशी बोले. मला हिशोब घाली. "आन्द्या, एका एकराला घोडक्याचं जुंधळं नऊ पोती झालं. तर साडेतीन एकरांला किती हुतील रं?"

"तीस एकतीस पोत्यांवर जातील. म्हंजे दीड खंडी तरी हुतील."

"व्हय न्हवं? निदान आपणाला एक खंडी जरी मिळालं तरी रग्गड झालं. देवदयेनं आवंदा पाऊसपाणी चांगलं झालंय."

खंडीचं स्वप्न मनोमन धरून बाबा जोंधळा कापे, मळणी घाली, वारं देई नि रास करी. डावरा करून, राशीची पूजा करून ती भक्तिभावानं भरी. तेव्हा तिसाच्या जागी दहाच पोती झालेली असत. त्यांतली मालकाला पुन्ना पाच पोती द्यायची... म्हंजे केवढ्याला पडलं हे!

बाबाच्या चेहऱ्याचा कोळसा झालेला असे. कणसं खुडून न्हेलेल्या धाटासारखा तो दिसे.

रास घेऊन घराकडं जाताना काही तरी निमित्त काढून तो माझ्यावर रागवे. "सुक्काळीच्या! तरी तुला सांगत हुतो; जरा इल्लंनं पाखरं राख म्हणून. तू नुसता शेजारपाजारच्या पोरांसंगं खेळच मांडून बसतोस. शेतकऱ्याच्या पोटाला आलाईस का बेलदाराच्या? जरा तरी शेतकऱ्याचं वळाण उचल की. न्हाई तर भीक मागत हिंडशील जलमभर.''

सगळ्या घरादाराचं स्वप्न पाखरांनी पळवलेलं असे. आम्ही पुन्हा कमरा कसून कष्टाला लागत असू.

◆

सार्त्रचा पुत्र

सगळ्या मुलांप्रमाणं तो जन्माला आला आणि सगळ्या मुलांप्रमाणंच त्याला अंगावर कपडे नको वाटतात. नैसर्गिक अवस्थेत राहूनच खावं, प्यावं, हिंडावं, सगळ्या जगाचा अनुभव घ्यावा, असं त्याला वाटतं. गेल्या उन्हाळ्यात त्याला ह्या बाबतीत संपूर्ण स्वातंत्र्य मिळालं. आम्ही त्याला उकाड्यामुळे संपूर्ण उघडाच ठेवत होतो. दुपारी मीही फक्त अंडरवेअरवरच हिंडत होतो.

''तुमचीही चड्डी काढून टाका ना बाबा.'' तो बोलत जवळ आला.

'नको.'

''काढा ना.'' म्हणून माझ्या चड्डीशी झोंबू लागला. मला माझ्या सर्वस्व-हरणाची काळजी वाटू लागली.

घरातली सगळीजणं हसू लागली.

हा कोणत्या क्षणी माझ्या अंडरवेअरची नाडी ओढेल याचा भरवसा न राहिल्यानं मी चड्डीवर पुन्हा विजार घालून गच्च बांधली नि फिरू लागलो.

...त्याची मला एक सूक्ष्मशी खोल भीती वाटू लागली. मला संस्कृतियुक्ताला हिणवत हिंडतो आहे; अशा तोऱ्यात तो हिंडू लागला. मधूनच 'आलो आलो' म्हणून मला गमतीनं भीती दाखवू लागला. मी खोटं खोटं पण आतून खरंच भिऊ लागलो...मूळ मातीनं तिच्यापासनंच तयार केलेल्या पोकळ, नक्षीदार इमल्यांवर हल्ला करावा तशी काहीशी परिस्थिती निर्माण होई.

वयाच्या आठव्या महिन्यापासून तो स्वतंत्र अनुभव घेऊ लागला आहे. स्वतःचं एक अनुभवविश्व घडवू लागला आहे. मला ज्यात काही विशेष वाटत नसतं; त्यात त्याला खूप खूप दिसतं. भान हरपून तो वस्तूशी स्वतःचा गुणाकार करीत बसतो. त्या वस्तूचा अनुभव मनात साठवून ठेवतो. आठव्या महिन्यात रात्रीच्या दिव्याच्या प्रकाशातील आपल्याबरोबर चालणारी स्वतःची साधी सावलीही त्याला गंमतशीर वाटे. कुणाच्या तरी कडेवर बसून तिच्याकडं तो टक लावून पाही. तिच्या हालचाली

जिज्ञासेनं न्याहाळी. आपल्याबरोबरच ही कशी हिंडते याचं त्याला कौतुक वाटे. त्याला घेऊन मी मागंपुढे जाऊ लागलो की सावलीचा बदलणारा आखूडपणा, उंचपणा, अबोलपणा आणि तरी जिवंतपणा याचं त्याला एक कोडं पडून जाई. ही एकदम मोठी कशी होते... पुन्हा आखूड कशी होते... हालचाल कशी करते, हलताना आवाज का होत नाही... बोलत का नाही... दिवसभर दिसणारं इथलं विश्व रात्र झाल्याबरोबर असं का बदलतं... इथल्या वस्तू कुठं जातात... सकाळी त्या पुन्हा कशा येतात... दिवसा नसलेले दिवे रात्री कोठून येतात... असे त्याला प्रश्न पडत.

या प्रश्नांची उत्तरंही त्यालाच शोधावी लागत होती. ते प्रश्न दुसऱ्याला विचारून त्याची तयार उत्तरं मागण्यासाठी त्याच्याजवळ भाषा नव्हती. तयार भाषा त्याला येत नव्हती, हे एक बरंच होतं. त्यामुळं त्याची त्यालाच स्वतंत्र उत्तरं शोधून काढावी लागत होती. त्या स्वतंत्र उत्तरांनी तो स्वतःपुरता विश्वाचा नवा अर्थ लावत होता. त्यामुळं त्याचं व्यक्तिमत्त्व जिवंत आणि त्याचं ते होत होतं.

दोन वर्षांचा झाल्यावर अशाच एका अनुभवाचा शोध घेत तो स्वतः निघाला. त्याची आई आणि बाबा म्हणजे मी दोघंही शिक्षकाचा पेशा करणारे. त्याच्यापेक्षा बारा-चौदा वर्षांनी मोठ्या असलेल्या दोन्ही ताया शाळेला जाणाऱ्या. तो प्रत्येकाला विचारी- ''कुठं चाललात?'' उत्तर येई- ''शाळेला.'' असं उत्तर देऊन त्याची आई, त्याचे बाबा, त्याची थोरली ताई, धाकटी ताई ही सगळी नटूनथटून हातात रंगीत पिशव्या घेऊन बाहेर पडत. बाहेर पडताना प्रत्येक जण त्याला आकर्षक रूपात दिसे. त्याला सोडून सगळेच 'शाळेला' निघून जात. मग तो सांभाळायला ठेवलेल्या चंदाच्या स्वाधीन दिवसभर असे. केविलवाणा होई. सगळ्यांची वाट पाही. संध्याकाळी परत येताना प्रत्येक जण त्याला काही ना काही खाऊ, खेळणी, गंमत आणी. त्याला ती आवडे. कधी आणली नाही तर तो खट्टू होई.

मधून मधून तो म्हणे, ''मी शाळेला येतो.''

''नको रे बाबा!''

''का?''

धाकटी ताई म्हणे- ''तुझ्याजवळ कुठाय अशी पाटीपेन्सिल, दप्तर? ते नसेल तर शाळेत तुला कुणी घेणार नाही. शाळेतनं हकलून देतील.'' बोलत बोलत ताई निघून जाई.

थोरल्या ताईच्याही तो मागे लागे. ''तू चंदाबरोबर खेळ. तुला मी खाऊ आणते.'' त्याला तसा रडवेला सोडून ती निघून जाई.

घरी आई पेपर-वह्या तपासत बसली, मी पुस्तक वाचत बसलो की, तो पेपर, पुस्तक मागत असे. द्यावे लागे. मग तो आमच्यासारखे पेपर्स तपासे, पुस्तक वाची. ताईसारखं चित्र काढी. बॉलपेननं आम्हाला कुणाला न कळणारी गणितं सोडवी.

सुटीचा आदला दिवस. गुढी पाडवा तोंडावर आला होता. कपड्याचोपड्याच्या खरेदीसाठी आम्ही सगळे बाजारात गेलो. त्याला रंगीत कपडे घेतले. नायलॉनची रंगीबेरंगी पिशवी घेतली. पाटीपेन्सिल घेतली.

घरी आल्यावर पाटीवर तो गूढ अभ्यास करत बसला.

दुसरा दिवस. सगळ्यांना सुटी. सगळ्यांच्या आंघोळी, चवीचं खाणं- पिणं नवे कपडे घालणं.

त्याची आंघोळ झाली. काजळतीट झाली. त्याला आणलेला रंगीत रंगीत छोटा पँट- मनिला घातला. 'आता कसा दिसतोस बघ बाबांच्यासारखा,' म्हणून त्याच्या ताईनं त्याला आरशात दाखवलं. तो खूष झाला. बराच वेळ त्यानं आपल्या त्या बाबासारख्या रूपातील आपल्याला न्याहाळलं. ताईच्या काखेतून तो उतरला नि आपली पाटी-पेन्सिल-पुस्तक मागू लागला.

त्याच्या म्हणण्याप्रमाणं त्याला ते पिशवीत घालून दिलं. ते दप्तर घेऊन डोळ्यांनी कुठल्यातरी अज्ञाताचा वेध घेत तो निघाला. फाटकाबाहेर पडून रस्त्यालाही लागला.

"अरे, कुठं चाललास?"

"शाळेला." पुढं बघून चालता चालता तो बोलला.

...त्याला सर्वांच्या त्या शाळेचा शोध घ्यायचा होता. ज्या शाळेत आई, बाबा, ताया आपल्याला एकटा सोडून दिवसभर राहतात, ती शाळा काढायची होती. ज्या शाळेतून परत येताना गोळ्या, चॉकलेट, सफरचंद, चिक्कू, केळी आणता येतात ती शाळा पाहायची होती... आई, बाबा, ताया यांच्याप्रमाणं पेपर तपासून, पुस्तकं वाचून, गणितं सोडवून त्यानं त्या शोधाची तयारी केली होती.

मागोमाग तो कुणाला येऊ देईना. "घरी जा, तुला गोळ्या, चॉकलट आणतो." असं सांगून सर्वांनाच परत पाठवू लागला...

आमच्यासारखी अक्षरं उच्चारण्याची युक्ती त्याच्या जिभेनं स्वतंत्रपणे आत्मसात केली नि एक चमत्कार झाला. मार्च महिन्यात झाडांना भराभर पालवी फुटावी तसे कोवळे गोडे-बोबडे शब्द त्याच्या मनाला फुटू लागले. आमच्या बोलण्या-बडबडण्याच्या खांबांचा आधार घेऊन त्याच्या बालभाषेची वेल भराभर वाढू लागली. अनुकरण करता करताच तो स्वतंत्र भाषा घडवू लागला. जुन्या भाषासंकेतांना मोडून नवे तयार करू लागला. पाहता पाहता त्या नव्या संकेतांतून काव्याची इवली फुले डोकावू लागली. स्वतःच्या अनोख्या वासानं दरवळू लागली.

"बाबा, काय करता तुम्ही?"

"पेपर तपासतोय." पेपरावर बॉलपेननं लाल खुणा करत मी बोललो.

...बाबांचं ते खुर्चीवर डौलात बसणं. डोळ्यांवरचा चष्मा, कागदावर पटकन

उठणाऱ्या लाल रेषा, रंगीत जांभळं बॉलपेन; हे सगळं आपण व्हावं असं त्याला वाटलं.

"बाबा, मला पण 'तपास' द्या. मी तपासतो."

बाबा तसे होण्याचं मूळ कारण बाबांच्या हातातला 'तपास' होता; हे त्याला कळलं. आता त्याला पेपर्स हवे असले तरी तो 'मला तपास द्या' असंच म्हणतो.

त्याला ताईच्या शेजारच्या मैत्रिणीनं एक मोठं डेलियाचं टवटवीत फूल दिलंय. दिवसभर तो ते बरोबर वागवीत होता. पाकळ्यांचं भगवट केतकी रंगाचं नाजूक डिझाईन त्याला फार आवडलं असावं.

संध्याकाळी ते फूल जरासं बाजूला ठेवून इतर काही खेळण्यात तो रमला होता. तोवर त्याला सांभाळणाऱ्या चंदानं ते हातात घेऊन आडदांडपणे दहाबारा पाकळ्या देठातून उचकटून काढल्या. ते त्यानं पाहिलं नि रडायला लागला. फूल घेऊन तक्रार करायला माझ्याकडं आला.

"बाबा, चंदानं माझं फूल मोडलं." पाकळ्या तुटलेलं फूल त्यानं मला दाखवलं. 'फूल मोडणं' हा त्याचा नवा शब्दप्रयोग मला 'फुलाच्या पाकळ्या गळणं' यापेक्षा अतिशय आवडला. मार्मिक होता. फुलाची रचना, डिझाईन लक्षात घेता मला तोच योग्य वाटला.

'सकाळी', 'काल', 'रात्री', हे सगळे शब्द तो 'ह्या क्षणी नव्हे; एका घडून गेलेल्या क्षणी' या व्यापक अर्थानं भावार्थी वापरतो. मराठीत अशा अर्थाचा शब्द नाही. 'सकाळ, काल, रात्र' यांचा संकुचित अर्थ मोडून त्यानं त्यांची अर्थव्याप्ती केली आहे. 'गेला' चं 'गेया' करतो. मग हिंदीतील 'गया' हे 'ला' चा 'या' झालेलं रूप कसं झालं असावं ते कळतं. 'तू इथं असायचं बरं का' याचं तो 'तू इथं आसा बरं का' असं करतो. मग कोकणीत 'आहे' च 'आसा' का झालं ते कळतं. अशी सहजासहजी नवी भाषा घडवीत, प्राकृत भाषांची, उपभाषांची व्युत्पत्ती सांगत तो सगळ्या शब्दसृष्टीच्या ईश्वरांना खिशात घालतो.

त्याला अडीच वर्षं झाली तरी गावाकडं घेऊन गेलो नव्हतो. त्याच्या आजीच्या नि आईच्या जीवनश्रद्धेनुसार 'देव देव करायचं होतं' अनेक देवांना जाऊन यायचं होतं. आता थोडासा मोठा झाल्यामुळं आणि त्याला प्रवास सोसेल असं वाटल्यामुळं आम्ही कोल्हापुरास गेलो. तिथं आठ दिवस राहून भाड्याची टुरिंग गाडी काढून चार-पाच दिवस प्रवास झाला. त्याचा पहिलाच दीर्घ प्रवास. गाडीत बसून तो आपल्या दोन्ही अंगांनी पळणारी झाडं, डोंगर, माळ, घर, माणसं, गाड्या, आकाश दाखवत होता. दाराशेजारी माझ्या मांडीवर उभा राहून हात बाहेर काढत होता. एक अफाट नवा अनुभव मनाच्या गुहेत गुंडाळून ठेवतो आहे; असं त्याच्या डोळ्यांकडं बघून वाटत होतं. सगळे प्रवासानं थकत होतो; पण तो उन्हातल्या वटवृक्षासारखा

टवटवीत, आपल्याच सावलीत आपण असल्यासारखा उत्साही असे.

गावाकडचा दहाबारा दिवसांचा मुक्काम संपवून परतीचा प्रवास सुरू झाला. एस.टी. गाडीतल्या रिझर्वेशनच्या जागा नेमक्या ड्रायव्हरच्या पाठीमागच्या तिसऱ्या बेंचावर आल्या होत्या. त्याला घेऊन खिडकीशेजारी मी बसलो.

गाडी सुरू झाली. पुन्हा माणसं, घरं, झाडं डोंगर, आभाळ पळू लागलं. त्याला पुन्हा ते आदिमातेचे अमृताचे स्तन लुचायला मिळाले. मांडीवर उभा राहून तो हात बाहेर काढून सगळं दाखवू लागला, मला सांगू लागला.

त्याचा बाहेर निघणारा कोवळा हात ड्रायव्हरच्या बाजूच्या आरशात नेमका ठळकपणे उमटत होता. यंत्र झालेल्या ड्रायव्हरनं ओरडून सांगितलं, ''पोरगं हात बाहेर काढतंय; हात आत घ्या.''

मला अपराधाची जाणीव झाली. मी त्याचा चिमुकला उत्साह आत घेतला.

थोडा वेळ गेल्यावर पुन्हा तो माझ्या नकळत हात बाहेर काढून नाचवू लागला. मग ड्रायव्हरनं बाजूला गाडी घेऊन थांबवली नि माझ्यावर चांगलाच मागं वळून ओरडला. सर्वांचे कान त्या दिशेनं टवकारले. ''अहो, त्या पोराला हात बाहेर काढून देऊ नका. काय म्हणायचं ते होईल आणि हात जाईल बोंबलत.'' मागचा गांधी टोपीवाला माझ्या खांद्याला गावठी हिसका देत म्हणाला. मला मेल्याहून मेल्यासारखं झालं. त्याच्या बालमनालाही कळलं की आपल्या हाताविषयी लोक बोलताहेत.

गाडी सुरू झाली. त्याचा हात पुन्हा बाहेर सरसावताना मी हातात धरून ठेवला. ''का हो बाबा?'' तो नाराज झाला.

''ते ड्रायव्हरकाका आहेत ना; ते हात बाहेर काढू नको, म्हणतात. रागावले ना मगाशी तुझ्यावर ते.''

तो गप्प बसला.

माझ्या हातातून त्याचा हात नकळत सुटला आणि न कळतच बाहेर गेला. पटकन मी तो आत घेऊन त्याच्यावर ओरडलो; 'हात काढू नको ना बाहेर.'' हेतू असा की त्यानं हात बाहेर काढू नये; यासाठी मीही जागरूक आहे, याची जाणीव आसपासच्या लोकांना व्हावी... पण तो रडवेला झाला.

आता मी त्याचा हात गच्च धरून ठेवला. मग तो अधिकच रडवेला होऊन ड्रायव्हरकडं रोखून बघत मांडीवर उभा राहिला.

कुठलं तरी गाव जवळ आलं. रस्त्यावरून बैलगाड्या, माणसं जाताना येताना दिसू लागली. रस्त्याकडेला ट्रक उभे राहिले होते. गाडीचा वेग थोडा कमी झाला. पाठीमागची वाहनं पुढं जाण्यासाठी किंचाळत होती. ड्रायव्हरनं हात बाहेर काढून त्यांना लाइनीत मागोमाग येण्यासाठी सूचना दिल्या. वारंवार तो तशा सूचना देऊ लागला.

भेदक नजरेनं त्यानं एक विसंगती टिपली नि मला म्हणाला; 'बाबा, डायव्हरकाकाला ओरडा ना; सारखा हात बाहेर काढतो आहे.''

पण मी ओरडू शकलो नाही. मला हसू आलं. पण मग त्याच्या कैद झालेल्या धारदार डोळ्यांतून डोकावणाऱ्या मनाकडं बघून मीच केविलवाणा झालो.

...आताशा त्याला बिस्किटं खाण्याचा नाद लागला आहे. मुलींच्या परीक्षा जवळ आल्या होत्या. उठून त्या अभ्यासात गुंतल्या होत्या. सौभाग्यवती सकाळी सहालाच बस पकडून शाळेला गेली होती.

साडेसातच्या दरम्यान हा उठला आणि तोंड धुण्याच्या आधीच बिस्किट मागू लागला. मी कामात गुंतलो होतो. त्याची खूप समजूत काढण्याचा प्रयत्न केला. इकडं कामाची घाई होतीच. तरीही त्याचं मधेमधे बिस्किटासाठी लुडबूड आणि बडबड करणं संपत नव्हतं. शेवटी मीच त्याला निकरावर येऊन करड्या आवाजात बोललो.

''तुला बिस्किट आता मिळणार नाही. इथं थोडा वेळ एका जागी गप्प बैस. मला उगीच त्रास देऊ नको. नंतर तोंड धुतल्यावर देईन.''

थोडा वेळ गेला.

''द्या ना बाबा बिस्किट.''

''देणार नाही.''

'का?'

''सांगितलेलं का ऐकत नाहीस? का उगीच त्रास देतोस?'' मी रागाच्या भरातच बोलत कामे करू लागलो.

एक मिनिट मध्ये शांत गेलं.

रडव्या आवाजात मग तो बोलला- ''बाबा, तुम्ही मला बिस्किट देणार नाही?''

''नाही; म्हणून सांगितलं ना?''

''मी सांगितलेलं तुम्ही का ऐकत नाही? का उगीच मला त्रास देता? द्या ना बिस्किट.''

त्याच्या बोलण्यानं माझी मती क्षणभर गुंग झाली. माझंच बोलणं फिरवून त्यानं माझी फिरकी घेतली होती.

एक भेदक विसंगती माझ्या लक्षात येतच नव्हती. त्यानं ती दाखविली नसती तर कधीही लक्षात आली नसती. मला त्याच्या बिस्किट मागण्याचा जसा त्रास होत होता; तसाच माझ्या बिस्किट न देण्याचा त्याला त्रास होत होता; याची मला कल्पनाच नव्हती. मी थक्क झालो नि डोळ्यांत पाणी आणून त्याला उचलला. उरासंगं धरला. ''देईन हं माझ्या सोन्याला बिस्किटं. किती पाहिजेत?''

''एक.''

“बस्स?”

“हो.”

पण मी त्या तीन वर्षं पुरी होत आलेल्या पिलासमोर पितळेचा डबाच उघडून ठेवला. उठल्या उठल्या भूक लागलेली ती कोवळी आतडी बिस्किटं कुरतडू लागली. त्यांना भूक लागली असावी, याचा मला अंदाज आला नव्हता. मी आपला सकाळी उठल्याबरोबर तोंड धुण्याचा सुसंस्कृतपणा शिकविण्याच्या प्रयत्नांत होतो. आणि माझा नुकताच पोटभर चहाब्रेड झाला होता.

माझ्या लक्षात आलं की विसंगतीच्या काटक्यांचे बिंडेच्या बिंडे मी डोक्यावर मुकाटपणे वागवीत जन्म काढत आहे. या बिंड्यांत अनेक कायदे, नियम, रीती, परंपरा, कौटुंबिक संबंध, नीती- प्रतिष्ठेच्या कल्पना यांची अंतर्गत परस्पर विसंगतींनी युक्त अशी एक गुंतवळ आहे. त्या गुंतवळीत संस्कृतीच्या चिगट्यामुळे अडकलो आहे. एखाद्या गुलामासारखा स्वतःला आणि आता नकळत त्यालाही अडकवण्याचा प्रयत्न करीत आहे. पण तो नेमक्या विसंगतीवर सहज बोट ठेवून बालतत्त्वज्ञासारखा माझ्या डोक्यावर टप्पल मारत होता.

कार्यक्रमासाठी परगावी जायचं होतं. ‘मराठी कथे’वर कृतिसत्र होतं. ‘कलात्मक अलिप्तता’ या विषयावर मला बोलायचं होतं. तीनचार दिवस त्याला सोडून गावी जायचं म्हटलं की जिवावर येतं. त्याची खाण्यापिण्याची आबाळ होते. मुलींच्या अभ्यासामुळं आणि सौ.च्या सकाळी जाण्यामुळं तो सकाळी माझ्याशीच खेळत असतो, गप्पा मारत असतो. त्यामुळं मी गावाला जाणार म्हटलं की तो गंभीर होतो. “बाबा, तुम्ही गावाला जाणार?” म्हणून माहिती असूनही विचारतो.

“हो! मी लगेच गावाला जाऊन परत येणार आहे.”

“मला काय आणता?”

“तुला की नाही चॉकलेट, गोळ्या, एक लूना, एक पिपाणी घेऊन येतो... आणखी काय आणू?”

“चिक्की.”

“हो! हो! चिक्की पण आणतो.” तो खूष व्हावा म्हणून मी त्याला भरपूर वस्तूंची आश्वासनं दिली.

प्रवासात एक दिवस गेला. दोन दिवसांचं कृतिसत्र आटपून चौथ्या दिवशी परत फिरलो. येताना एकाच गोष्टीनं डोक्याचा कब्जा घेतला. ‘कलात्मक अलिप्तता’ ही गोष्ट वाटते तितकी सोपी नाही. व्यावहारिक अलिप्तता आणि कलात्मक अलिप्तता यांच्यांत नीट फरक करता आला पाहिजे. कलानिर्मितीच्या बुडाशी कलात्मक अलिप्तता असल्याशिवाय कथेचं नीट स्फुरणही होऊ शकणार नाही. ज्याचं स्फुरण होतं तो विषय सर्वांगांनी न्याहाळावयाचा नि सगळ्या प्रकारचे ताण पकडायचे नि त्या

विषयाला कथावस्तूत अनेकांगी समृद्धता द्यायची, हे काम काही सोपं नाही.

...सार्त्रच्या स्वातंत्र्य कल्पनेशी कलात्मक अलिप्ततेचं काहीसं साम्य आहे. आपल्या भारतीय परंपरेतील साक्षी राहून जीवन जगण्याच्या कल्पनेशीही तिचं साम्य आहे. स्वतःला आलेल्या व्यावहारिक अनुभवापासून संपूर्ण अलिप्त आणि स्वतंत्र होऊन त्या अनुभवाकडं एका कलावस्तूचं मूळ द्रव्य म्हणून पाहायचं आणि असं पाहताना त्या अनुभवात आपल्या गुंतलेल्या भावनांचा विचार न करता त्याच्या संपूर्ण शक्यता एक मूलद्रव्य या नात्यानं तपासायच्या. ...बापरे! आपणच पेशंट आणि आपणच डॉक्टर होऊन सर्वांगांनी तपासणी करण्यासारखा हा प्रकार आहे. पुन्हा शेवटी एवढं अलिप्त होऊनही स्वतःला काय म्हणायचं आहे, ते त्यात यावंच लागतं. म्हणजे व्यक्तिमत्त्वाचं प्रतिबिंब आलंच. आपणास हवा त्या प्रकारचा आकार त्या मूळ द्रव्यरूपी वास्तवाला देण्याची जबाबदारी आलीच...

मन भरकटत होतं. भिकार गावात गाडी थांबत होती. चहा प्यायलाही खाली उतरण्याची इच्छा होत नव्हती. विचारांच्या तंद्रीत गाडीतच बसून राहत होतो..

घरी पोचायला रात्रीचे साडे नऊ वाजले. त्याची झोप सुरू झाली होती. जेवलो आणि सामान तसंच टाकून झोपायला गेलो. गाढ झोपलेल्या त्याच्याकडं बघून एक रुखरुख लागून राहिली की आपण त्याच्यासाठी काहीच आणलं नाही. रात्र झाल्यामुळं पुण्यातही काही घेता आलं नाही.

सकाळी उठल्यावर मी गावाहून आल्याचं त्याला कळलं. मी आणि सौ. दोघंही घरीच होतो. मुली शाळेला गेल्या होत्या. माझ्या खोलीत बसून मी सूटकेसमधील सामान काढत होतो. धावत आला नि मला मिठी मारली. "बाबा."

मी उराशी घट्ट धरून बसलो. एक मिनिट तसंच गेलं नि मग म्हणाला; "मला काय काय आणलं?"

जो प्रश्न त्यानं विचारू नये असं वाटत होतं; तोच पहिला आला. "तुला की नाही मी उद्या आणतो हं सगळं. गावाला गेलो होतो ना? तर फारच गडबडीत होतो; त्यामुळं तुला काही आणायला वेळच झाला नाही रे."

त्यानं क्षणभर माझ्याकडं टक लावून बघितलं. असं माझ्याकडं बघू लागला की मला त्याची एक सूक्ष्म भीती वाटते. मी त्याला बनवलेलं असतं. गोड बोलून फसवलेलं असतं. त्याच्या संज्ञाशक्तीला ते कळलेलं असतं. पण त्याला 'खोटं' हा मराठी शब्द अजून माहिती नाही. तो गप्प बसतो. एकदम अलिप्त झाल्यासारखा दिसतो.

या वेळी त्याच्या मनात काही वेगळंच होतं. रिकाम्या झालेल्या सूटकेसकडं त्यानं पाहिलं. तिच्यात त्याला त्याच्यासाठी काहीच दिसलं नाही. तो माझ्या हातातून खाली उतरला. सूटकेस त्यानं मिटवली.

"ही बॅग माझी आहे." ती झाकून तो लाडेलाडे मला म्हणाला.

"नाही, नाही. ती बाबांची आहे." त्याला संवादात गुंगवावा म्हणून मी म्हटलं.

"मग मीच बाबा आहे. तू आशू आसा ना माझा?" त्याचे बोबडे बोल ओघ घेऊ लागले.

"हो हो! तुम्ही बाबा नाही का? मग मी तुमचा आशू." माझ्याशी खेळण्याची त्याची ही नेहमीची भूमिका असते. सकाळी तो उठल्यावर घरी इतर कोणी नसल्यामुळं आणि मुलींना ते शक्य नसल्यामुळं मीच त्याला सामोरा जातो. त्याच्या तोंड धुण्यापासून तो साडेदहाच्या जेवणापर्यंत त्याचं सगळं मलाच करावं लागतं. त्या वेळपर्यंत त्याच्याशी मलाच खेळावं लागतं. या वेळात मी जे त्याच्याशी वागतो, बोलतो, त्याची समजूत काढतो, त्याला रागे भरतो, त्याच्यावर माया करतो; ते सर्व तो अचानक बाबांची भूमिका आपण घेऊन आणि माझ्याकडं त्याची भूमिका देऊन माझ्यावर सप्रयोग सुरू करतो. या गडबडीत तो माझ्यावर "हे बघितलंस का?" म्हणून हातही उगारतो.

पण आजचं चित्र काही वेगळं होतं. सूटकेस हातात नि शबनम बॅग गळ्यात घेऊन तो गावाला जायला निघाला. मला म्हणाला;

"आशू मी गावाला जातो."

"हां! लौकर या हं."

"तसं नाही; मला काय काय आणणार. असं विचार की."

"मला काय काय आणणार?"

"तुला की नाही, गोळ्या, चॉकलेट, आणखी लूना, आणखी कूटर, आणखी चिक्की, आणखी..." अशी कितीतरी मोठी यादी त्यानं वाचली. त्या यादीत त्यानं त्याला हव्या असलेल्या सगळ्या वस्तू घातल्या आणि तो "आशू, तुला आणतो हं" म्हणून सांगू लागला. माझ्या वर्मी अचूक घाव बसला होता.

मग तो मला बाबांसारखा टाटा करून निघून गेला. मी बॅगेतलं दाढीचं सामान, ब्रश, पेस्ट जागच्या जाग्याला ठेवू लागलो. पुस्तकांची लावालाव करू लागलो.

'ट्रिंग ट्रिंग" तो बॅग घेऊन परत आला नि तोंडानं त्यानं बेल वाजवली.

"का हो बाबा, परत आला?" मी.

"नाही; तू आत आहेस ना?"

"हो."

"मग "कोण आहे?" म्हणायचं."

"कोण आहे?"

"मी बाबा आहे. आशू दार उघड."

मी दार उघडलं.

"आशू मी गावाला जाऊन आलो." तो.

"हा हा! माझे बाबा आले, बाबा आले!" मी नाटक पूर्ण केलं.

"काय काय आणलं विचार ना."

"बाबा, मला काय काय आणलं?"

"मला की नाही तिथं खूप काम होतं रे. मला वेळच झाला नाही. पण तुला मी गोळ्या आणल्या आहेत, चॉकलेट आणली आहेत, लूना आणली आहे, आणखी कूटर आणली आहे, आणखी चिक्की आणली आहे, आणखी..." त्यानं पुन्हा मोठी यादी वाचली.

"हो?"

"मग? हे बघ बॅग भरून आणलंय." असं म्हणून त्यानं मनातल्या सगळ्या वस्तू भरलेली बॅग मला उघडून दाखवली. सहजा सहजी त्या नसलेल्या वस्तू तो दाखवीत होता. खेळ रंगला होता नि स्वतःला माझ्या घोर अपराधाबद्दल मी मनातल्या मनात शिक्षा करत होतो. एका बाजूनं त्याच्या तृतीय वर्षीय प्रतिभेचं कौतुक करत होतो.

घटकाभरापूर्वी घडलेल्या अनुभवाची त्यानं कलात्मक अलिप्ततेनं उत्तम कथा रचली होती. तिच्यात त्याच्या व्यक्तिमत्त्वाचा सौंदर्यात्मक आविष्कार घडवला होता. माझं दोन दिवसाचं सगळं कृतिसत्र मातीत गेलं... बघता बघता त्यानं मला नागवं केलं होतं.

सगळ्या मुलांप्रमाणं तो नागव्यानंच जन्माला आला आणि सगळ्या मुलांप्रमाणेच त्याला आपल्या अंगावर कपडे नको वाटतात. ...असा कधी तो स्वतःचेच कपडे टाकून बाबा होतो. कधी आई होतो, कधी ताई होतो, ड्रायव्हर होतो. कंडक्टर होतो, पाहुणा होतो, टी.व्ही.वरचा चार्ली चाप्लिन होतो. एकटा असूनही अशी अनेक रूपं घेऊन स्वत: स्वतःत रमतो. सार्त्रच्या स्वातंत्र्याचा प्रत्यक्षात आनंद घेतो.

अजूनही रात्री तिच्या कुशीत गुलूगुलू अशाच गप्पा मारत त्याच्याकडं बघताना मला परमेश्वर, सार्त्र आणि संस्कृतीच्या पोशाखापूर्वीचा आदिम, नागडा, ताजा मानव एकत्र दिसतो.

◆

भय

गोऱ्या सरनोबताचा मळा सोडून आम्ही शिंप्याचा मळा केला. गावात दोन सरनोबत होते. एक काळा नि दुसरा गोरा. गाव त्याला 'गोरा सरनोबत'च म्हणे. त्याच्या मालकीचे चार मळे. त्यानं जवळ जवळ आम्हाला आपल्या रानातनं हाकलूनच दिलं. रात्रंदिवस आम्ही सगळे राबत होतो. तरी त्याचा फाळा फिटत नव्हता. म्हणून त्यानं दुसऱ्याला मळा लावला. आम्हाला शिंप्याच्या मळ्यात यावं लागलं. तिथं मातीतली राबणूक सुटत नव्हती; तरी वैताग दुसराच होता.

शिंप्याचा मळा हा 'भूतवाड्यातला मळा' म्हणून ओळखला जात होता. सांजसकाळ ढोरं राखून मी शाळा करत होतो. गोऱ्या सरनोबताचा मळा असताना भुताखेताच्या नुसत्याच गप्पागोष्टी करत होतो. त्या गोष्टी करताना फार काही वाटत नसे. पण आता मला रोज ढोरं घेऊन भुतांच्या गजबजलेल्या भागातनं जावं यावं लागू लागलं.

तशी इथं भुतं नांदत असली तरी माणसांची वर्दळ कमी नव्हती. ह्या भागात दोन मळे होते. दोन विहिरी होत्या. त्यांच्यामधनं जाणारी पांद पुढं सांगाव, हुपरी, रेंदाळ, मांगूर या गावाकडं पायवाटा सोडत जात होती. ह्या वाटा प्रचंड पसरलेल्या माळावरनं वेड्यावाकड्या जात. माळावर चार-पाच महिने पावसाळ्यात ढोरं चरायला येत. मळ्याला जाणारे रोजगारी, मळेकरी, गाव लांब नसल्यामुळं आंघोळीला येणारी माणसं, धुण्याला येणाऱ्या बाया, पांदीनं परगावाला जाणारे वाटसरू, माळाला येणारी ढोरंराखी पोरं यांचा भूतवाड्यात दिवसभर वावर असे.

माझी ढोरं दिवसभर भूतवाड्याच्या माळानं, खबदाडीनं, किल्ल्याच्या रानातनं भुतांना न जुमानता निर्मळ मनानं चरू लागली. पण सरनोबताच्या मळ्यातनं आलेल्या माझ्या निर्मळ मनात इथं आल्यावर काहीबाही जमू लागलं. त्यात वाटेल तसल्या गोष्टींची, कल्पनांची, भासांची गडबड उडू लागली.

गावंदर सोडून पांदीत उतरताना लगेच डाव्या बाजूला आठ महिन्यांचं पोर

पोटात घेऊन मेलेली एक वडरीण पुरली होती. कण्हेरीकराच्या वाड्याला खणीतनं फोडलेली दगडं गाडा भरून नेत असताना भर उन्हात तिला इथं झीट आली नि ती पडली; तिथंच तिचा जीव गेला, असं तिच्याबद्दल माणसं सांगतात.

पांदीच्या तोंडालाच आत जाताना उतार होता. उतारापासनं पुढं बराच भाग खडकाळ. तिथनं बैलगाड्या जाऊन जाऊन मोठ्या चाकोऱ्या पडल्या होत्या. नुसत्या चाकोऱ्याच नव्हत्या; तर अधनंमधनं खड्डं पडून व्हंगाळ्या तयार झाल्या होत्या. जाताना येताना आठवड्यातनं एखादी तरी गाडी तिथं उलटलेली असायची. रात्री जेवणवक्तीच्या वेळी जाणाऱ्या गाड्या हमखास उलटायच्या.

माणसं म्हणायची, ''ही वडरीण हितं गाड्या उलटती.'' रात्री जळणाची, गवताची, माळव्याची, औतअवजरांची ओझी घेऊन जाताना माणसांचे पाय मुरगळायचे. कुणी ठेचकाळून व्हंगाळीत पडायचं. लोकांना वाटायचं, 'वडरिणीचाच ह्यो डाव असणार' तिचा जीव थंड व्हावा म्हणून जाता येता माणसं पांदीला, वाटेवरला एक एक नारळाएवढा दगड तिच्या ढिगावर टाकत.

''आई, हिच्यावर दगूड गं का टाकत्यात?'' मी.

''आरं, वडरीण हाय ती. तिला दगडं फोडायला लागत्यात. दगडं दिली नसली की ती वैतागती नि जाणायेणाऱ्या माणसाला ढकलून देती, गाड्या उलटून टाकती.''

मला ते खरंच वाटलं...उचलंल एवढा दगूड आपूण रोज तिच्या ढिगावर न्हेऊन टाकला पायजे. मग ती मला ढकलणार न्हाई. माझी वळख ठेवंल...भुतासंग वळखपाळख असली की मंतरलेला ताईत मिळतो. भुताच्या पालखीचा गोंडा मिळतो. मग कसलं भ्या न्हाई. भुईवर गोंडा फिरीवला की पुरलेलं धन दिसाय लागतं.

मी रोज नेमानं त्या ढिगावर दगड टाकू लागलो. खडकाळ माळाला खरजेचे फोड आल्यागत दगडंच दगडं पसरली होती. पांदीच्या तोंडाला डाव्या बाजूला भला मोठा ढीग झाला होता. तो 'वडारिणीचा ढीग' म्हणून ओळखला जात होता... 'ढिगाबुडी वडरीण अगदी चेंदामेंदा झाली असंल. रात्रीचं भूत होऊन हिंडायला ती बाहीर कशी येईल?- हा प्रश्न मला जाता येता छळत असे. काळी कुळकुळीत, बिनचोळीची, पोट उबार असलेली, पांढऱ्या फटक डोळ्यांची नि तसल्याच दातांची वडरीण न कळत माझ्या मनाच्या धर्मशाळेत उतरून बसली होती.

पांदीच्या दोन्ही बाजूंना नागफडं वाढलं होतं. त्यातनं नारळीच्या झाडासारखे लांबच लांब बारीक सोट उगवलेले असत. त्यांच्या शेंड्याला चारी बाजूंनी लांब देठ सुटून हिंगणमिट्टूयाच्या आकाराची फळं लागत. ती वाळली की खुळखुळ वाजत.

अक्का म्हणाली, ''हे सोट रात्री पालखी निघाली की अब्दागिरीसारखं खांद्यावर धरून भुतं नाचत्याट. खुळळम् खुळम् खुळळम् खुळळम्...''

''बाबा गाए!''... भुतांची पालखी मनासमोर नाचू लागली.

जवळच असलेल्या किल्ल्यातनं अशी फार मोठी पालखी निघत असे. तिला अडीच-तीनशे वर्षांची परंपरा होती. इतिहासप्रसिद्ध घाटगे सरदार ह्या भागाचे राखणदार होते. शिवपुत्र राजारामाच्या काळात त्यांच्या ताब्यात हा किल्ला होता. मोगलांनी जेव्हा ह्या किल्ल्यावर हल्ला केला, तेव्हा ह्या गावचे अकराशे लोक त्यात मारले गेले. तेच पुढं भुतं होऊन अचानक येऊन किल्ल्यावर हल्ले करू लागले. म्हणून मोगलांना काही दिवसांतच हैराण होऊन किल्ला सोडून जावं लागलं– अशी चालत आलेली कथा.

ते अकराशे लोक आता प्रत्येक अमावस्येला वेताळाची पालखी मिरवत माळानं हिंडतात. पहाटे 'वेताळ तळ्या'पाशी येतात. तिथं महिन्याची सभा घेतात नि गडप होतात. वेताळ तळ्याच्या भोवतीनं गोल काळीभोर दगडं भुईतनं वर आलेली आहेत. अशी शेपाचशे दगडं आहेत. त्यांना गावातलं कुणी ना कुणी अमावश्येला जाऊन शेंदूर लावून येतं. वेताळाला पिवळ्या भुताचा, उकडलेल्या अंड्याचा सालना देतं. माणसं म्हणतात, ही भुतं पहाटे दगडं होऊन पडतात.

माझी ढोरं पाणी प्यायला गेली की, 'वेताळ तळ्या'त तासतासभर पोहणी पडत. त्या वेळात मी ती 'भुतं' न्याहाळून बघे. त्यांचे विद्रूप चेहरे त्या दगडांत वेगवेगळ्या आकारांत दिसत. आऽ केलेले जबडे, फेंदारलेली नाकं, वटारलेले डोळे यांचा भास होई. एखादं भूत खाली मुंडी घालून नि पाय वर करून भुईत घुसलेलं दिसे. सगळी भुतं चेहऱ्यामोहऱ्यासह मनात साठवत होतो. 'रात्री ती पालखीच्या वेळी जिती झाल्यावर कशी दिसत असतील' याची कल्पना करत होतो.

आजारी पडून, म्हातारी होऊन मेलेल्या माणसांची भुतं गावाला वणवा द्यायची नाहीत. खरा त्रास व्हायचा तो शिंप्याच्या विहिरीत जीव दिलेल्या सासुरवाशिणी भुतिणींचा आणि घराजवळ असलेल्या 'पोटफाडी'तल्या भुतांचा.

सासुरवाशिणी भुतं होऊन दुसऱ्या सासुरवाशिणीला लागीरत. त्यांना मिरचीची धुरी देऊन, मंत्र घालून देवरशी पळवत. देवरशी त्यांना न दिसणाऱ्या दोरीनं गच्च बांधत. ती ओरडत, आक्रोश करत, आपल्या तळमळणाऱ्या आत्म्याच्या वेदना सांगत. नाइलाजानं त्यांनी कुणाला तरी धरलेलं असे. त्यांना हे मंतरे, देवरशी ढोराला बडवल्यागत बडवत. 'सालना देतो' , 'कोबडं देतो' म्हणून लालूच दाखवून पळवून लावत. भूत लागिरलेल्या माणसाचं फार हाल होई. ते बघवत नसे.

कधी कधी रात्रीचं कुणी त्या भागात गेला नि भुतांच्या तावडीत सापडला की, भुतं त्याला घोळसून घोळसून अर्धमेला करत. त्याचे सांधे खिळे ठोकून गच्च करत. माणसाला मग चालताच येत नसे. दुंडाप्पा वाण्याची अशी दशा ह्या भुतांनी कायमची करून टाकली होती... कुणी म्हणतं, देशमुखाच्या वाड्यात तरुणपणी त्याला देशमुखानं कशावर तरी सही घेण्यासाठी मरूस्तवर मारलं होतं. पण आम्हा

पोरांना ते खरं वाटत नसे. 'भुतानं घोसळलं' हेच खरं वाटे.

अण्णाप्पाबरोबर कधी कधी मी मळ्यावर वस्तीला जाई. सुगीचे दिवस असत. आभाळ नितळ स्वच्छ. चांदणं टिपूर पडलेलं असे. पांदीत झाडांच्या गर्दीमुळं वेड्यावाकड्या लिंबाच्या शेंड्यावर, उंबराच्या शेंड्यावर, बांधावरच्या बाभळीच्या ढाप्यांवर कधी कधी कुणीतरी बसून झोकं घेतंय, असं वाटे. खळ्यावर कणसं असल्यामुळं त्यांच्यावरच आंथरूण टाकून उघड्यावरच झोपावं लागे. सगळी झाडं, किल्ल्याचे प्रचंड बुरूज, नागफड्याचे उंच सोट, माळाचा विस्तीर्ण पसारा बघून मन आठंग्या जंगलात चुकलेल्या कोकरासारखं होई. काहीही खसफसलं तरी भूत आलं असं वाटे. भुतं अनेक रूपं घेऊन येत. पांदीत रात्री मुंगसं इकडं तिकडं पळताना दिसली की, भूतच मुंगुसाचं रूप घेऊन चाललंय असं वाटे. एखादा कोल्हा अंधारातनं गुमान जात असे. कंदिलाच्या उजेडात लांबवर अचानक त्याचे हिरवे डोळे चमकत आणि माझे हातपाय सटपटत... खळ्यावर पडून डोळे मिटल्या मिटल्या या सगळ्या गोष्टी आठवत.

घराशेजारी 'पोटफाडी' होती. तिथं मारामारीत पडलेले, गावातले नि आसपासच्या गावचे खून झालेले, आत्महत्या केलेले, अपघातात मेलेले, विहिरीत पडून मेलेले मुडदे डॉक्टरी पंचनाम्यासाठी आणत.

या पोटफाडीच्या उजव्या बाजूला मांगवाडा. डाव्या बाजूला पन्नास पावलांवर आमचं घर. पोटफाडीची इमारत तीनचार वाव लांब, तीनचार वाव रुंद आणि वर बंगलौरी कौलं असलेली, काळ्या घडीव दगडांची होती. दोन्ही बाजूंना दोन खिडक्या. त्यांना फळीची दारं. उगवतीला एक मोठा दरवाजा. नऊ-दहा फूट उंच. त्याला पाच-सहा फुटांपासनं वर काचा होत्या. खाली भक्कम फळीचं करकरत उघडणारं दार. आतल्या बाजूला पत्र्याची साडेचार फूट उंचीची एक खाटेसारखी लोखंडी चौपायी होती. उशाकडच्या नि पायशाकडच्या बाजूला तिला दोन नळ्या खाली तोंडं करून बसवल्या होत्या.

आलेला मुडदा या खाटेवर ठेवला जाई. त्याचं पोट फाडलं जाई. आतली आतडी तपासली जात. डॉक्टर ती रबरी हातमोजे घालून तपासत. त्या दोन नळ्यांतनं मुडद्याचं रक्त खाली ठिबकत असे. खाटेचा पत्रा रक्तानं लालभडक होई. सगळी तपासणी झाली की चिवट दोऱ्यानं मुडद्याचं पोट, वाकळ शिवावी तसं शिवलं जाई. नंतर गणगोताच्या ताब्यात दिलं जाई. मग ती खाट पाणी मारून धुतली जाई. मोरीच्या मोठ्या नळ्यातनं मावळतीला लालभडक पाणी येताना बघ्या लोकांना दिसे.

पुष्कळ वेळा हा मुडदा खाटेवर आणून फाडण्याच्या तयारीनं उघडानागडा करून ठेवला जाई. दवाखान्यातनं पुढं आलेला इस्माईल सगळी तयारी करून डॉक्टरांची वाट बघत बसे.

समोरचं दार झाकलेलं असलं तरी दोन्ही बाजूंच्या खिडक्या उजेडासाठी उघडलेल्या असत. माणसं ह्या खिडक्यांतनं डोकावून मुडदा बघत. इस्माईल त्यांना हाकलून देई. आमच्याकडच्या बाजूला जी खिडकी होती, त्या खिडकीतनं चोरागत जाऊन मी खिडकीचे गज धरून हळूच भिंतीवर पाय रेटून मुडदा बघे... भेसूर नागडा मुडदा. अंगावर कुऱ्हाडविळ्याचे घाव; तुटलेले, खापललेले अवयव, आऽ वासलेला जबडा, उघडे भेसूर डोळे... चित्र भयानक दिसे. विहिरीत पडून मेलेली, फुगलेली आणि माशांनी खाल्लेली बाई किळसवाणी दिसे.

त्यांना फाडताना आणि तपासणी करतानाही आतड्याचं भेंडोळं बघवत नसे. तरीही दात नि नाक गच्च धरून मी ते बघून घेई. सगळा हिडीस प्रकार. पण बघण्याची उत्सुकता दांडगी. एकदा बघितल्यावर आठआठ दिवस ते चेहरे मनासमोरून जात नसत. पोटफाडीत मुडदा आला की, गावातल्या भुतांत एक नवी भर पडे. त्या नव्या भुताचा चेहरा मी ध्यानात धरून ठेवी.

मुडदा फाडून झाला की, अब्दुल नावाचा नोकर भरपूर पाणी मारून आणि कसलं तरी उग्र औषध टाकून पोटफाडी स्वच्छ धुऊन टाकी... पोट फाडणं, आतडी वर काढणं, ते शिवणं, रक्त सांडणं, ते धुऊन टाकणं हा उद्योग म्हणजे भूत तयार करायचं चाललेलं काम, असं मला वाटे.

असं नवं भूत तयार झालं की मग इस्माईल खिडक्या लावून, करकरता दरवाजा बंद करी. आणि सामानाची पेटी काखेत मारून निघून जाई. दरवाज्याला भलं मोठं कुलूप लावलेलं असे... जणू तयार झालेलं ताजं भूत पक्क्या बंदोबस्तात ठेवलं जाई.

आठ दिवस मग रातचं पोटफाडीच्या आसपास कुणी फिरकत नसे. मला मात्र तास रातीला ढोरं घेऊन तिथनंच यावं लागे. भीतभीत, मी म्हशीची शेपूट धरून, तिच्या आडाआडानं आमच्या घराच्या परड्यात येई. आईला हाक मारी. आई परड्यात आली की जीव भांड्यात पडल्यागत होई. निवांत असल्यामुळं रात्री पुष्कळ वेळा पोटफाडीवर बसून घुबडं ओरडत नि थोड्या वेळानं निघून जात. जणू भुतांचा हुजऱ्या पुढं येऊन नवं भूत येणार असल्याची वर्दी देऊन गेल्यागत वाटे.

या पोटफाडीत हळूहळू एक बदल होत गेला. मांगवाड्यातली तरुण मंडळी दिवसभर या पोटफाडीच्या पायरीवर सावलीला बसून इस्पिटांनी खेळत. घडीव काळ्या दगडांच्या तीन पायऱ्या एका माणसाला झोपता येईल इतक्या रुंद आणि लांब होत्या. दुपारचं त्या पायऱ्यांवर बंगलोरी कौलांच्या वाढत्या वळचणीची सावली पडे. त्या सावलीत तरुण पोरं खेळत, कधी नुसत्याच गप्पा मारत.

मुडदे काही नेहमीच येत नसत. महिन्या- दोन महिन्यांतून एखादा आला तर आल, नाही तर नाहीही. कधी कधी पाचसात महिनेही यायचा नाही. हळूहळू प्रेतांची तपासणी नव्या हॉस्पिटलात होऊ लागली आणि 'पोटफाडी' हे नावच शिल्लक राहिलं.

ह्या खेळणाऱ्या ताठर पोरांनी दरवाज्याचा कडीकोयंडा नि कुलूप हळूहळू निखळून काढलं. पोरं मग आत जाऊन बसू लागली. पुढं पुढं एक-दोन वर्षांत खिडक्यांची दारं नि मुख्य दरवाजाही एक एक करत नाहीसा केला.

पूर्वी पोटफाडीच्या आत भुताटकीचा अंधार कोंडल्यामुळं भय वाटत होतं. आता तिन्ही बाजूंच्या दाराखिडक्यांतनं येणाऱ्या उजेडामुळं ती भगभगीत दिसू लागली. पोरं आत जाऊन चक्क मुडदा फाडायच्या खाटेवर बसून खेळू लागली... त्यांचा अवतारही तसाच असल्यामुळं तरणी तरणी भुतंच खेळताहेत असं वाटे. पण ही भुतं माणसातलीच असल्यामुळं आणि त्यांची माझी ओळखही असल्यामुळं, पोटफाडीतील मुडद्यांच्या भुतांविषयी माझं भय हळूहळू कमी होऊ लागलं.

मांगवाडा म्हणजे गावाच्या बाहेरची वस्ती. तिथल्या माणसांच्या वाटणीला गावानं दिलेली गलिच्छ जागा, मोडकीतोडकी पडसर घरं, वाशांची छपरं, उन्हातान्हात करपून काळी जळकी झालेली अंगं, अंगावर मांस नसल्यानं हाडांचे झालेले सापळे, त्यांच्या तोंडावरच्या वाढलेल्या दाढ्या नि डोईवरचं जंगल, यामुळं ती जित्या माणसांची भुतं वाटत.

पोटफाडीजवळ पन्नास-साठ पावलांवर असलेल्या पडक्या घरावर छप्पर घालून शंकर तिथं राहत होता. प्रौढसाक्षर वर्गात वाचायला शिकला होता. चांगल्यापैकी पावा वाजवत असे.

त्याला सहा-सात पोरं. दीडदीड वर्षाच्या अंतरानं सगळी झालेली. थोरलं कोणतं नि लहानगं कोणतं, कळायचं नाही. भुताच्या पिल्लावळीगत बायकोही काळी झिपरी. नेहमीच पोट वाढलेली. पुढ्यातल्या पोटाच्याही पुढं एखाद्या पोरीला घेऊन तिच्या डोईतल्या उवा मारायची. थोरली पोरगी आईच्या डोईतल्या उवा तिच्या पाठीमागं उभी राहून त्याच वेळी मारायची. बाकीची पोरं उघडीनागडीच भोवतीनं फिरत. कधी खेळत, खेळता खेळता भांडणं करत, एकमेकांच्या खोड्या काढत. दंगा-धुडगूस घालत. त्यांची आई त्यांना अधनंमधनं उठून धबाधबा मारत असे. त्यांच्या खोड्यांना वैतागून बेंबीच्या देठापासनं ओरडत असे.

शंकर दिवसभर कामाला जाई. मिळेल त्याचा रोजगार करी. पिळून निघाल्यागत होऊन दीस बुडताना परत येई. कधी काम नसलं म्हणजे दिवसभर घरीच असे. घरी असल्यावर पोरं नि बायको त्याला फाडून खात. त्याच्याकडं सारखे पैसे मागत. बटर आणत नि चहाबरोबर खात. शेवचिवडा, चिरमुरं-लिमज्या असला खाना आणत. गर्दी करून बसत नि तसंच बकाबका खाऊन मोकळी होत. पुष्कळ वेळा शंकरनं दिलेले पैसे अशा खान्यातच संपवून टाकत.

शंकर संध्याकाळी कामावरनं जीव टाकायला परत आला की, बायको पुन्हा त्याच्याकडं पैसे मागायला लागे.

“रेशनला पैस द्या.”

“सकाळी देऊन गेलो हुतो न्हवं?”

“त्येचं पोरास्नी खायाला आणलं.”

“काय?”

“शावचिवडा नि बटारं आणली. च्यासंगं खाल्ली.”

“तुझ्या आयला तुझ्या! रेशनला पैसं दिलं हुतं त्येचा शावचिवडा आणून खाल्लीस रांडं! तालेवाराची हाईस? का तुझ्या आयला त्यो गोरा सरनूबत लावला हुता?”

“गऽप बसा उगंच; तोंड करू नगासा. एवढी पोरं काढून ठेवलाईसा त्यांस्नी चवीरवीनं काय खायला नग? त्येंचा जीव न्हवं? का ढोर हाईत ती?”

“माझ्या जवळ न्हाईत पैस. हुतं ते तुला दिलं हुतं.”

“मग कोण दुकानदार देत असंल उसनं तर जुंधळं नि तांदूळ आणा जावा पाच पाच किलो.”

“कोण देणार न्हाई मला. दुकानदार मला उसनं द्यायला का मी वतनदार न्हवं.’

अशी भांडणं चालत. ह्या भांडणात एखादं पोरगं “दे की बाबा खायाला पैसं” म्हणून पैसे मागत असे. त्याच्या पाठीत मग कधी शंकरचा दणका बसे. एकाला दणका बसला की बाकीची खिक् खिक् करून हासत.

बायकोच्या ह्या स्वभावामुळं शंकरला दीसभर रोजगार करून कधी कधी रातचं उपाशीच निजावं लागे.

माझी आई म्हणे, “काय रं रांड वायचळल्यागत करती ही. दुकरिणीगत सारखी पोरं काढत बसलीया. ती पोरंबी भुतागत सगळी मिळून बाऽवर तुटून पडत्यात नि त्येला खात्यात.”

घर असं खायला उठलं नि पोटफाडीत मांगाची पोरं बसलेली नसली की शंकर एकटाच तिथं जाई. पावा वाजवत बसे. परड्यात येऊन मी कधी उंबराच्या झाडाबुडी शाळेतनं येऊन गोष्टीचं पुस्तक वाचत बसलेला असे. त्या वेळी त्याचा पावा वाजू लागला की झाडाबुडीच ऐकत बसे. पण पोटफाडीत जायला काही मन घ्यायचं नाही, धाडसही व्हायचं नाही.

मुडद्याचं रक्त, त्याचा चेहरा, त्याच्या पोटाला घातलेले वाकळी टाके, हे सगळं आठवे.

पण पाव्याच्या नादानंच हळूहळू पायरीवर जाऊन बसू लागलो. पावा ऐकू लागलो. शंकरशी काहीबाही बोलू लागलो. त्याला येत असलेलं माझ्या आवडीचं गाणं वाजवायला सांगू लागलो. मग तो खूष होई. डोळे मिटून गाणी वाजवी. सगळी दुःखाची गाणी. पावा नेहमीच्या पाव्यापेक्षा थोडा मोठा होता. डिबरीपासनं पाच-सहा

बोटं अंतरावर बोटं ठेवायच्या भोकांच्या नेमकं खाली एक भोक पाडून, त्याच्यावर त्यानं कोष्टी किड्यानं अंडी घालण्यासाठी केलेलं पांढरं घर काढून चिकटवलेलं असे. त्यामुळं एक व्याकूळ करणारी कातरता त्याच्या पाव्याच्या आवाजाला येई.

त्याला विचारलं, "शंकर, हितं बसल्यावर भ्या वाटत न्हाई?"

"कसलं भ्या?"

"भुतांचं."

"काऽय करत न्हाईत हितली भुतं."

"खरं?"

"त्येंनी मला काय केलं असतं तर मी हितं बसीन काय?"

"न्हाई की."

"ती गरीब असत्यात."

"कशावरनं?"

"आता तूच बघ की. जल्माला कंट्टाळून ज्येंनी जीव दिला, त्येंचंच मुडदं हितं येत्यात. ती बिचारी गरीब असत्यात म्हणून त्येंचं खून हुत्यात, हिरीत जीव देत्यात, ईख खाऊन मरत्यात. मेल्यावर ह्या जगातनं सुटल्यागत हुईत असंल त्यांस्नी. मग भूत होऊन पुन्ना ह्या जगात कशाला शाण खायाला येतील ती?'

"पर माणसं तर म्हणत्यात हितं लई भुतं हाईत आणि ती माणसाला लागिरत्यात."

"मनाचं खेळ असत्यात ते. आता तू रोज बघतोस न्हवं; मी हितं तासतास दोनदोन तास रातीपतोर बसतोय. कवा कवा उनाचं ह्या खाटंवर खुशाल पडतोय. कोऽऽण काय करत न्हाई मला. उलट निवान्तपणा हाय; सुखानं नीज लागती... मन पाक पायजे बघ. मग भूत न्हाई नि फीत न्हाई."

दिवस जात होते. नववीत गेलो होतो.

माझं भुताचं भय हळूहळू चेपत होतं. पोटफाडीच्या पायरीवर बसून शंकरचा पावा ऐकायला सरावलो होतो.

गावचा उरूस झाला. त्यात एक रंगीत पावा विकत घेतला. शाळेतनं परत आल्यावर, सकाळी माळाला ढोरं चारताना वाजवण्याचा प्रयत्न करू लागलो. एखादं गाणं थोडं वाजवायला आलं की तहानभूक हरत होती. भोवतीचं सगळं विसरून जाऊ लागलो. माळाला आहे का घरात आहे, घटकाभर ढोरं चारून जेवायचं आहे, हे त्या नादात विसरू लागलो... शंकर तीनतीन, चारचार तास पोटफाडीत पावा का वाजवत बसतो, याची कल्पना येऊ लागली.

दीस नुकताच बुडला होता. किनीट पडत चालली होती. कुणाच्या घरात दिवा लागला होता, कुणाच्या घरात नव्हता. मळ्याकडनं धारंच्या म्हशी घेऊन घराकडं यायला निघालो होतो. माणसाला माणूस, चेहरा हरवलेल्या सावलीसारखं का

असेना, पण दिसत होतं. मनाला नकळत कातर लागली होती. कधी एकदाचा घरात जाऊन पोचेन असं झालं होतं.

संध्याकाळी उजेडाचं कधी येऊन पोटफाडीत बसलेला शंकर दिवेलागण झाली तरी तिथंच पावा वाजवत बसला होता.

पोटफाडीवरनं जाताना मी शंकरला हाक घातली, "शंकर, रात झाली. फुरं कर की आता."

"हांऽ!" म्हणून पुन्हा पावा वाजवू लागला. घरधनी दरयापार गेलेल्या विरहिणीचं गाणं अधिकच संथ कातर लयीत वाजवीत होता. म्हशी गोठ्यात बांधता बांधता मी ते ऐकत होतो.

न्हाणीत जाऊन हात-पाय धुऊन चूळ भरली. घरात गेलो. आईनं दिलेला चहा प्यालो. गल्लीत जाऊन पोरांबरोबर तासभर बोलत बसलो. जेवायची वेळ झाली म्हणून परत आलो. भावंडांबरोबर बोलत पोटभर जेवलो. जेवणं झाल्यावर आईनं सांगिटलं म्हणून म्हसरांना गवताची एक एक पेंढी टाकायला गोठ्यात गेलो.

गेलो; तर शंकरचा पावा वाजतच होता. गोठ्याच्या बाहेर घातलेल्या कुसवावर एक पाय देऊन कान टवकारले. पोटफाडीतनंच घुमरे सूर येत होते. दुःखाचं गाणं वाजत होतं... एवढ्या रातचं पोटफाडीत बसून एकटाच वाजीवतोय! मला काळजी वाटू लागली. म्हसरांना एक एक पेंढी गवत टाकली नि घरात जाऊन ते सूर मनात घुमवत झोपून गेलो.

सकाळी घराशेजारी कुणी तरी ठोऽ ठोऽ बोंब ठोकली. गुंगीत पडलो होतो ते धडपडून उठलो. आई परड्याकडं पळत चालली होती. मागोमाग अक्का पळाली.

पोटफाडीत हलकल्लोळ उडाला होता. शंकरची बायको पत्र्याच्या खाटेवर झोपलेल्या शंकरवर पडून ऊर बडवून घेत होती, जीवतोड आक्रोश करत होती. भोवतीनं उघडीनागडी पोरं 'बाबाऽ बाबाऽ' म्हणून हंबरडा फोडत होती. ...पावा शेजारीच पडलेला. शंकर शांत झोपलेला होता. खूप खूप थकल्यागत दिसत होता. गालफाडं आत ओढलेलं तोंड गरीब झालेलं. तोंडावाटे रक्तांची उलटी पडलेली. ती वाळून गेलेली. जवळच ढेकणाच्या औषधाची बाटली हताश होऊन पडल्यागत झालेली.

बघता बघता सगळा मांगवाडा फुटला नि पोटफाडी माणसांनी गच्च भरून गेली.

दुपारी त्याचं पोट फाडलं नि डॉक्टरी पंचनामा झाला. पोटफाडीत जाऊनच शंकरनं ढेकणाचं औषध पिऊन जीव दिला, याचं सगळ्या गावाला आश्चर्य वाटलं.

महिनाभर रोज म्हशी घेऊन पोटफाडीवरनं जातायेता शंकरची आठवण होई. गाणं हरवून बसलेली पोटफाडी भकास दिसे. ती बघून मन अस्वस्थ होई. तिथल्या आठवणाऱ्या भुतांचे चेहरेही आता गरीब वाटू लागले.

या आठवणीही पाच-सहा महिन्यांत धूसर होत गेल्या.

गरिबीतही शिक्षणासाठी माझी धडपड चाललेली. वर्गशिक्षक गल्लीतच असल्यानं त्यांना माझी परिस्थिती माहिती असलेली. हायस्कूलचं वाचनालय त्यांच्या ताब्यात होतं. एक दिवस कोल्हापूरला जाऊन त्यांनी बरीच नवी पुस्तकं विकत आणली होती. आम्हाला बुकर टी. वॉशिंग्टनचा एक धडा होता. त्याचं छोटेखानी चरित्र त्यांनी आणलं होतं. 'तू हे वाच. तुझ्यासारखाच शिक्षणासाठी धडपडणारा तो एक मुलगा होता.'' असं म्हणून त्यांनी मला ते वाचायला दिलं होतं.

जेवणानंतर रात्री भान हरपून मी ते वाचत होतो. वरून गोऱ्या सरनोबती रंगाची दिसणारी साहेबी माणसं आतून किती काळीकुट्ट असतात, माणसालाच कशी पिळून खातात, हे वाचून मन सुन्न होत होतं. काळाकुट्ट दिसणारा बुकर टी. वॉशिंग्टन आणि त्याची आई मनानं किती सरळ आणि गरीब आहेत, हे वाचून डोळ्याला पाणी येत होतं... रात्री बऱ्याच उशिरा वाचन संपलं नि पुस्तक पिशवीत ठेवलं.

तंद्रीतच झोप लागली.. एक चमत्कारिक स्वप्न पडत गेलं. उन्हात जळून जळून बुकर टी. वॉशिंग्टनसारखा काळाकुट्ट झालेला शंकर स्वप्नात आला. त्यानं माणसाचा पक्ष सोडला होता. काळ्याकुट्ट भुतांचा पक्ष धरला होता. वेताळ-तळ्याच्या काठावर भुतांची सभा भरली होती. सभेत स्टेज म्हणून पोटफाडीतल्या पत्र्याच्या खाटेचाच उपयोग केलेला. तिच्यावर खाली पाय सोडून शंकर बसलेला. खाटेच्या दोन्ही नळ्यांतनं खाली त्याचं रक्त ठिबकतेलं. तो बोलू लागला, ''आमच्या गावात अस्सल भुतं हाईत. तुम्ही दुसऱ्याच्या मालकीच्या पडसर जाग्यात ऱ्हाता; पर ती आपल्या हक्काच्या रानातनं ऱ्हात्यात. त्येंच्यातलं देवरशी म्हणत्यात, 'आम्ही भुताचं बाप हाय.'... म्हणून त्येंच्या तावडीतनं सुटून मी हितं आलोय.''...असं काहीबाही सांगत होता. - शेवटी त्यानं भुतांच्या करमणुकीसाठी पाव्यावर एक सुखाचं गाणं वाजवलं.

गाणं संपलं नि भुतांनी कडाडून टाळ्या वाजवल्या. त्यांचे हात चमत्कारिक दिसत होते. त्यांच्या टाळ्यांचा आवाजही धबाक धबाक असा चमत्कारिक येत होता.

त्या टाळ्यांनी मला जाग आली...परातीत आई धबाधबा हात बडवून भाकरी करत होती...कष्ट उपसून उपसून वाळून कोळ झालेली नि उन्हानं जळून काळी मिचकूट पडलेली आई. चुकून एक टाळी जागेपणीही भुतानं वाजवल्यागत तिच्या भाकरी थापटण्याचा आवाज होत होता.

नंतर मला भुताचं स्वप्न कधी पडलं नाही. त्यांचं भयही कधी वाटलं नाही. पण हळूहळू माणसांची चमत्कारिक स्वप्नं पडू लागली...

◆

निखळ आणि निर्मळ विनोदी कथांचा खजिना

माळावरची मैना

आनंद यादव

आनंद यादवांची विनोदी कथा शाब्दिक कोटिक्रम किंवा
भाषिक विनोदावर आधारलेली नाही. ती ग्रामीण जीवनातील
व्यक्ती, प्रसंग, कौटुंबिक आणि सामाजिक परिस्थिती
यांच्यावर आधारलेली आहे. या बाबींतील विसंगती,
उथळ जगण्याच्या प्रवृत्तीतून निर्माण झालेली
हास्यास्पदता ते अचूकपणे टिपतात आणि
त्यातून त्यांची कथा ऐटबाज भाषेत आकाराला येते.
यादवांची विनोदी कथा नुसतीच मनोरंजनवादी नाही;
ती परिस्थितीवर, समाजजीवनावर आणि मानवी स्वभावावर
विनोदी शैलीत भाष्य करते. या त्यांच्या वैशिष्ट्यामुळे यांच्या
विनोदी कथेला पुष्कळ वेळा कारुण्याची झालर लाभते.
त्यामुळे यादवांची विनोदी कथा वाचकाला
शेवटी अंतर्मुख करते.
हे या कथेचं खास वेगळेपण मानावं लागतं.

www.ingramcontent.com/pod-product-compliance
Lightning Source LLC
LaVergne TN
LVHW092357220825
819400LV00031B/408